பித்து

நாவல்

பித்து

நாவல்

கணேசகுமாரன்

எழுத்து
பிரசுரம்

Title: Piththu
Author's Name: Ganesakumaran

Published by Ezutthu Prachuram

Ezutthu Prachuram
(An imprint of Zero Degree Publishing)
No. 55(7), R Block, 6th Avenue,
Anna Nagar,
Chennai - 600 040

Website: www.zerodegreepublishing.com
E Mail id: zerodegreepublishing@gmail.com
Phone: 89250 61999

Ezutthu Prachuram First Edition: December 2022
ISBN: 978-93-90053-39-1
TITLE NO EP: 398

Cover Art: A. Selvam, Tirunelveli
Layout: Vijayan, Creative Studio
Printed at Manipal Technologies, India

பித்துமன மனிதர்களுக்கு...

நன்றி

மனைவி கவிதா
மகள் நிவேதிதா
அக்கா கலாவதி ராமகிருஷ்ணன்
பொ. முனியாண்டி
ச. பாலசுப்ரமணி

1

1988-ம் ஆண்டு நவம்பர் மாதம் 14-ந் தேதி திங்கள் கிழமை.

விடியும் முன்...

பருத்து அகன்ற மரத்தின் அடிபாகத்தை இரண்டு கைகளாலும் அணைத்தாற்போல் பிடித்த ராமலிங்கம் ஒரு உந்தலில் எம்பி இரண்டு கால்களாலும் மரத்தை அதுபோல் பற்றினான். மரத்தைக் காலால் உந்தி உந்தி தவளை போல் மேலேறத் தொடங்கினான். இன்னும் இருள் விலகாத, கருக்கலின் வெடிப்பு வானத்தில் விழாத அதிகாலை. காற்றும் கண்ணசந்து விட்டது போல் இறுக்கமான மௌனம் பிரதேசமெங்கும் பரவியிருந்தது. ஆனாலும் ராமலிங்கத்தின் வியர்வைச் சுரப்பிகள் மீது மெல்லியதான குளிர் உறைந்திருந்தது. அவனின் கால்கள் மரத்தில் உதைத்து எழும்போது இடது கை மரத்தின் கீழ்ப்பகுதியையும் வலது கை மரத்தின் மேல் பகுதியையும் அணைத்துப் பிடித்திருக்கும். இடுப்பில் கட்டியிருக்கும் துண்டோடு வெற்று பிளாஸ்டிக்குடம் இணைக்கப்பட்டிருக்கும். கால் உந்தி மேலேறும் நொடியில் குடம் அவன் முட்டியில் உரசி இறங்கும். காலையும் மாலையும் பாளை சீவி விடவும் கள் இறக்கவும் ஏறி இறங்கியதெல்லாம் ராமலிங்கத்தின் 25 வது வயதில் தொடங்கியது. பள்ளிக்கூடம் செல்லும் வயதில் மதிய இடைவேளையில் தோப்புப் பக்கம் ஒதுங்கியவன்தான் ராமலிங்கம்.

அப்போதெல்லாம் தோப்பிலேயே வைத்து வியாபாரம் செய்து முடித்துவிடுவார் பரமசிவம். கிட்டத்தட்ட ஐம்பது மரங்களுக்கு மேல் அதிகமாய் விளைந்து நின்றிருக்கும் தென்னந்தோப்பு. ஒரு மரத்துக்குக் குறையாமல் இரண்டு லிட்டர் கள் கிடைக்கும். பரம்பரையாய் காப்பாற்றிக்கொண்டு வரும் ஒரே பெரிய சொத்து. பரமசிவத்தின் அப்பா மரத்திலிருந்து இறக்கிய சூடு கள் குடித்து வளர்ந்தே எண்பது வயது வரையிலும் மீசை முறுக்கியபடி இறந்துபோனார். பரமசிவம் தன் முன்னோர்களின் சொத்தைக் காப்பாற்றுவதில் கவனமாய் இருந்தார். எப்பாடுபட்டாவது தென்னந்தோப்பையும் அதை நம்பி இருக்கும் குடிமக்களையும் கைவிட்டுவிடக் கூடாது என்பதில் உறுதியாய் இருந்தார். தனக்குப் பிறந்த மூன்று மகன்களில் மூத்தவன் ராமலிங்கம் அவனாகவே தோப்பில் கள் இறக்க வந்தபோது எவ்வித மறுப்பும் சொல்லாமல் ஏற்றுக்கொண்டார். “வெளியாளுக்குன்னா கூலியே முந்நூறு நானூறுன்னு தரணும்லப்பா...” என்று ராமலிங்கம் கணக்கு சொன்னபோது வியந்தும் போனார். சின்னவன் புண்ணியகோடியும் படிப்பு ஏறாமல் அண்ணன் வழியிலேயே அவனிநார் வளையத்தைக் காலில் கட்டியபோது பரமசிவத்துக்குச் சந்தோசமாகத்தான் இருந்தது. தனக்குப் பிறகும் தன் குலத்தொழிலைக் காப்பாற்ற தன் மகன்கள் இருப்பதில் பூரித்துப்போனார்.

அரசாங்கம் பெரிதாய் கண்டுகொள்ளாத நேரம். தனிப்பட்ட கடைகள் எதுவும் திறக்கப்படாத சமயத்தில் இரண்டு ஊர்கள் தள்ளி உள்ள மக்கள் சைக்கிளிலோ நடந்தோ பரமசிவத்தின் தோப்புக்கு வந்து கள் குடித்துவிட்டுச் செல்வார்கள். அதிகாலையிலேயே வந்து வயிறு நிரப்பிப் போகிறவர்களும் உண்டு. அவர்களுக்கு அது காலை நேர உணவு. வெயில் ஏற ஏற கொஞ்சம் கொஞ்சமாய் மக்கள் டூரிங் டாக்கீஸ் சினிமாவுக்குப் போவது போல் கிளம்பி வருவார்கள். மதியம் தாண்டியும் வியாபாரம் களை கட்டும். ஒரே ஒரு கீற்றுக் குடிசை போட்டிருந்தார் பரமசிவம். அதனுள்ளே கள் இறக்கி வைத்திருந்தாலும் மக்கள் யாரும் உள்ளே அமர்ந்து குடிக்கமாட்டார்கள். தோப்பில் அங்கங்கே தென்னை ஓலையிலும் குவித்துவைத்த மண் மேட்டிலும் அமர்ந்துதான்

குடி திருவிழா நடக்கும். அந்தப் பகுதியில் பக்கிரிசாமியின் தோப்பும் இருந்தது. ஆனாலும் அவர் தோப்புக் கள்ளுக்கு அத்தனை டிமாண்ட் இல்லை. பரமசிவம் நாடார் மொந்தை என்றாலே தனி ருசியும் போதையும் சுற்றுவட்டார மக்களுக்கு. "அவனவன் மாத்திரைய போட்டுக் கலந்து போதைக்கின்னு என்னன்னமோ பண்றானுங்க... நாமென்ன குடிகாரனுங்களா... ஒரு காலத்துல ஆம்பளைங்க ஒழைக்கிறதுக்கான சத்துபானமே தென்னங்கள்ளுதான்... என்னைக்கி பணம் சம்பாரிக்க ஆச வந்துச்சோ அன்னிக்கே பணத்து மேலையும் போதை மேலையும் வெறி வந்துருச்சி..." பரமசிவத்தின் கள்ளின் போதை மக்களுக்கு சந்தோசப்படுத்தவும் செய்யும். தர்ம நியாயம் பேசவும் கற்றுக்கொடுக்கும். பின்பு அரசாங்கத்தின் கெடுபிடியாலும் வயதானதாலும் தான் தோப்பில் விற்பதை நிறுத்திவிட்டு அக்கம்பக்க ஊரில் உள்ள கள்ளுக்கடைகளுக்கு விற்கத் தொடங்கினார். அரசாங்க அனுமதியுடன் நடந்த கடைகளில் விற்கப்படும் பரமசிவத்தின் தோப்பு கள்ளுக்கு முன்பிருந்த மவுசு குறையாமல் விற்பனை அதிகரித்தது. கடைகளில் தரப்படும் கள்ளுக்கான பணம் வசூலிக்க பரந்தாமனை அனுப்பிவைத்தார். பரந்தாமன் பக்கத்து ஊரில் ஐடிஐ படித்துக்கொண்டிருந்தான். சாயங்காலம் ஐடிஐயிலிருந்து வந்ததும் வசூலுக்குப் போய் வருவான். இப்போது தான் படித்த ஊரிலேயே லேத்பட்டறைக்கு வேலைக்குப் போகிறான். வசூல் வேட்டை பைக்கில் நடந்து வருகிறது.

பள்ளிக்கூடம் செல்லும் வயதில் மதிய இடைவேளையில் தோப்புப் பக்கம் ஒதுங்குவான் ராமலிங்கம். இடைவேளை விட்டதும் வருபவன் திரும்ப பள்ளிக்கூட பெல் அடிக்கும் சத்தம் கேட்கும் வரையில் தோப்பில்தான் இருப்பான். சுண்ணாம்பு தடவி பதநி குடிக்கும் ராமலிங்கத்துக்கு சமயங்களில் பரமசிவம் பிளாஸ்டிக் டம்ளர் வழிய வழிய தென்னங்கள்ளை நீட்டுவார். மேலே மிதக்கும் கட்டெறும்புகள் போதையில் ஊர்ந்துகொண்டு வழி தெரியாமல் திணறிக்கொண்டிருக்கும். எறும்பை ஆட்காட்டி விரலால் எடுத்து தரையில் வீசிவிட்டு தன் மகனின் உதட்டில் கள் டம்ளரைப் பொருத்துவார் பரமசிவம். அவரின் ஒரு கை ராமலிங்கத்தின் உச்சந்தலையை வருடியபடி இருக்கும்.

இயல்பாகவே கண்கள் சுருங்கி மூடிவிடும் ராமலிங்கத்துக்கு. இமைகளை இறுக்கிக்கொண்டு ஒரே மூச்சில் டம்ளர் கள்ளை குடித்துவிடுவான். லேசான துவர்ப்புடன் தொண்டையில் நழுவும் கள்ளின் ருசி ராமலிங்கத்துக்குப் பிடிக்கும். டம்ளரிலிருந்து வீசும் கள் வாசனையை விலக்க அவன் நாசி காற்றில் வேறு வாசனை தேடும். தென்னை மட்டையிலிருந்து எழும் ஈரமான இலை வாசனையும் பரமசிவத்தின் வியர்வையும் கலந்து வேறு ஒரு போதையைத் தரும் ராமலிங்கத்துக்கு. மீசையில் ஒட்டியிருக்கும் கள்ளினைத் துடைக்காமலே தன் கன்னத்தில் முத்தமிடும் பரமசிவத்தின் வாசனை ராமலிங்கத்தின் கனவிலும் ஊறிக்கொண்டே இருக்கும். வீட்டிலிருந்து பரமசிவத்துக்கு வந்திருக்கும் சாப்பாட்டில் கொஞ்சம் அள்ளித் தின்றுவிட்டு ஓட்டமாக ஓடிவிடுவான் பள்ளிக்கூடத்துக்கு. குடிக்க வந்திருக்கும் யாராவது பரமசிவத்தைப் பார்த்து, “என்னப்பா புள்ளைக்கி நீயே கள்ளு ஊத்தி குடுக்குற... நாளப்பின்ன ருசி கண்டு அவனே மொடா மொடாவா குடிக்க ஆரம்பிச்சான்னா பெரும் குடிகாரனால்ல ஆவான்... பதநியோட நிப்பாட்டிக்கப்பா...” என்றால் “அவன் அப்டி ஆவக்கூடாதுன்னுதான் இப்டி குடுக்குறேன்...” என்பார் மீசையை நீவியபடி. பரமசிவம் சொன்னதுபோல்தான் ஆனது.

பள்ளிப்படிப்பு போதும் என்று தீர்மானித்து பள்ளியை விட்டு நின்று தோப்புக்கு வந்து அப்பாவை வியாபாரத்தை மட்டும் பார்த்துக்கொள்ளச் சொல்லிவிட்டு என்று மரம் ஏறத் தொடங்கினானோ அன்றிலிருந்து இன்றுவரைக்கும் ராமலிங்கம் குடி போதை என்று எதன் பக்கமும் போனதில்லை. தென்னங்கள்ளில் அதிகம் போதை கிடையாது என்று ஆளாளுக்கு அறிவுரை சொன்னாலும் மொந்தை மொந்தையாய் குடித்துவிட்டு மல்லாந்து கிடக்கும் வயிறு பெருத்தவர்களை ராமலிங்கம் பார்த்திருந்ததாலோ என்னவோ போதை வஸ்துகள் என்று சொல்லப்படும் எதன் மீதும் பற்றின்றியே வளர்ந்தான். ஊர் தாண்டி வந்து தன் மகள் கமலாவை ராமலிங்கத்துக்குத் திருமணம் செய்துவைக்க கலியபெருமாள் முடிவெடுத்ததற்கு ஒரே காரணம் எந்தவித கெட்டப்பழக்கமும் இல்லாத ராமலிங்கத்தின் நல்ல குணத்தைக் கண்டுதான்.

தாமதித்து முடிந்த கல்யாணம் ராமலிங்கத்துடையது. அவனுக்கும் கமலாவுக்கும் ஒன்பது வயது வித்தியாசம். கடலூருக்குப் போய் பெண் பார்த்து வந்தார்கள். ராமலிங்கம் தனது முப்பத்து இரண்டாவது வயதில் கமலா கழுத்தில் தாலி கட்டும்போது அவன் உச்சந்தலையின் நடுவில் முடி உதிர்ந்து வட்டமாய் பளபளப்பு ஏறியிருந்தது. தலை குனிந்து தாலி வாங்கிக்கொண்ட கமலாவின் முகம் தாலி கட்டும் போட்டோவில் தெரியாமல் இருந்தது எல்லாவற்றுக்கும் வசதியாய் போயிற்று. நாளாக நாளாக வயது ஏற ஏற ராமலிங்கத்தின் உடம்பும் சேர்ந்தே அகலமாய் வளர்ந்தது. கமலாவோடு வெளித்தெரு செல்லத் தயங்கினான் ராமலிங்கம். "அப்பனும் பொண்ணும் மாதிரியில்லா தெரியிது... இதுக்குதான் ஜாதகப் பொருத்தத்தோட ஜோடி பொருத்தமும் பாக்குறது... பரமசிவம் நாடாரு போதையில போய் மருமவள தேடியிருக்காரு போல..." காதுபடவே பேசினார்கள் அக்கம் பக்கத்தவர்கள். கமலாவை விட ராமலிங்கத்துக்குதான் தர்மசங்கடம் அதிகம். வளர்ந்த காலத்திலேயே கூச்ச சுபாவியாய்தான் இருந்தான் ராமலிங்கம். பத்து வயதில் அம்மாவை இழந்து அப்பாவின் அரவணைப்பில் ஒடுங்கியது அவனுக்குப் பலருடன் பழகுவதற்கு தடையை ஏற்படுத்தியிருந்தது. உறவுக்கார விஷேசங்களுக்கு அவன் மட்டுமே போய்வந்தான். வீட்டில் ஆண்கள் அனைவரும் வேலைக்கென்று சென்றுவிட தான் படித்த நர்சிங் படிப்பு வீணாகிவிடக்கூடாதென்று உள்ளூரிலேயே பக்கத்துத் தெருவில் இருந்த டாக்டரிடம் பணிப்பெண்ணாகச் சேர்ந்தாள் கமலா. அகிலன் பிறந்ததும் மூன்று மாதங்கள் மட்டுமே வீட்டில் இருந்தாள். பின்பு அவனையும் தூக்கிக்கொண்டு கிளினிக் சென்று வந்தாள்.

இன்று காலை கமலாதான் எழுப்பி தோப்புக்குப் போகச்சொன்னாள். "மாமாதான் உங்கள போகச்சொன்னாரு..." என்றதற்கு மேல் அவன் ஒன்றும் கேட்கவில்லை. எழும்போது இருள் அடர்ந்திருந்தது. சைக்கிள் மிதித்து தோப்புக்கு வந்து ஸ்டாண்டிட்டு நிறுத்தியவன் இடுப்பை வளைத்து சோம்பல் முறித்தான். இடுப்பில் குடம் அசைய நடந்தவன் மரம் பற்றி ஏறியே காய்த்துப்போன உள்ளங்கைகளைப் பரபரவெனத்

தேய்த்துக்கொண்டான். நாற்பத்துநான்கு வயது உள்ளங்கைகளில் பாதி வாழ்க்கை தென்னைமரத்தின் பட்டைகளில் படிந்து தேய்ந்திருந்தது. மரத்தின் பாதி உயரத்துக்கு ஏறியபிறகு அருகில் ஐம்பது அடி தூரத்தில் இருந்த இன்னொரு மரத்தின் மேலே யதேச்சையாக நிலைத்தது ராமலிங்கத்தின் பார்வை. கூர்மையாக்கினான். காட்சி அவன் மூளையில் பதிய சில நிமிடங்கள் ஆகின. புருவம் சுருக்கியவனின் உடல் நடுங்கத் தொடங்கியது. இன்னும் முழுதாய் விடியவில்லை. சாம்பல் நிறத்திலிருந்து மாறி அடர் நீலத்தின் ஓரத்தில் இருந்த வானம் முற்றிலும் இருட்டை விலக்கியிருக்க, தென்னை மரத்தின் உச்சியிலிருந்து தொங்கிக்கொண்டிருந்த உடல் அணிந்திருந்த காக்கி நிற ட்ராயரும் பச்சை நிற சட்டையும் ராமலிங்கத்தின் கண்களுக்கு கொஞ்சம் கொஞ்சமாக தங்கள் இருப்பைக் காட்டத்தொடங்கின. தான் அணிந்திருந்த கைலியின் முனையில் சுருக்கிட்டுத் தலையைத் தந்து தொங்கிக்கொண்டிருந்த அந்த உடலை முழுமையாக தனக்குள் வாங்கிய ராமலிங்கத்தின் உதடுகள் தன்னிச்சையாய் முனகின. கைகளைத் தளரவிட்டு நாக்கை வெளித்தள்ளி தொங்கிக்கொண்டிருந்த முகத்தைப் பார்த்ததும் கண்கள் செருகின ராமலிங்கத்துக்கு.

“புண்ணியகோடி....” உதடுகள் துடித்து உடல் அதிர கால்களை உந்தியவன் கைகளால் மரத்தைப் பற்றுவதற்குப் பதில் காற்றில் மோதினான். ராமலிங்கத்தின் உடல் எந்தப் பிடிப்புமற்று மேலிருந்து நிலம் நோக்கி வீழ்ந்தது.

2

நயினார் குப்பம் தன் வழக்கமான காலைப் பரபரப்பினைத் தொடங்கியிருந்தது. பாண்டிச்சேரிக்கும் கடலூருக்கும் இடையில் உள்ள பகுதி. அவசர ஆத்திரத்துக்கு பாண்டிச்சேரிக்கு கார் பிடித்துச் செல்லும் அளவுக்கு பெரிய வசதிகள் குறைந்த இடம்தான். கிராமத்திலும் சேராமல் நகரத்தின் சாயலும் இல்லாமல் ரெண்டுங்கெட்டானாய் போன இடம். ஐந்தாம் வகுப்பு வரை உள்ள பள்ளிக்கூடம் உண்டு. மேற்கொண்டு படிக்க பக்கத்தில் உள்ள அரியாங்குப்பம் சென்று வருவார்கள். ஊர் நடுவில் கோடு கிழித்து ஒரு தண்டவாளம் செல்லும். கடலூர் விழுப்புரம் வழி பெங்களூர் செல்லும் ரயில் காலையிலும் மாலையிலும் கடந்து செல்லும். நயினார் குப்பத்தில் ஆஸ்பத்திரி என்று கிடையாது. அதனாலே கடைசிக்கட்ட முயற்சியில் போராடும் பல உயிர்கள் அந்த ரயில்வே கேட்டுக்கு முன்பே அணைந்துவிடுவதுண்டு. மெயின் ரோட்டிலிருந்து இரண்டு கிலோமீட்டர் உள்ளடங்கி இருக்கும் நயினார்குப்பம்தான் ராமலிங்கம் பிறந்து வளர்ந்த இடம்.

முந்தின நாள் இரவு முழுவதும் தூக்கம் என்பதே சிறிதளவும் இல்லாமல் கண்கள் இரண்டும் கோவைப்பழமாய் சிவந்து எரிச்சலுடன் பாயில் புரண்டு கொண்டிருந்த பரமசிவம் வீட்டு

வாசலில் கும்பலாய் சத்தம் கேட்டு எழுந்தார். துண்டை உதறி தோளில் போட்டவர் செருப்பைத் தேடி அணிந்தார். “பரந்தாமா வாசல்ல என்னன்னு பாரு...” வீட்டுக்குள்ளே பார்த்துக் குரல் கொடுத்தார். மெதுவாக நடந்து வெளியே வந்தார். பரமசிவத்தைப் பார்த்ததும் வாசலில் நின்றிருந்த கும்பலிலிருந்து ஒரு குரல் உயர்ந்து எழுந்தது. “அய்யா... உங்க பெரிய பையன் தோப்புல மரத்துலேர்ந்து கீழ விழுந்துட்டாருங்க... பதற வேணாமுங்கய்யா... நாங்கள்லாம் பார்த்துத் தூக்கிட்டோங்கய்யா...” ஆறுதலும் அதே சமயம் கடமையை முடித்துவிட்ட திருப்தியையும் வெளிப்படுத்திய குரல்.

“யாரு ராமலிங்கமா... அய்யோ சாமி...” தோளில் கிடந்த துண்டை எடுத்து முகத்தை அழுந்தத் துடைத்தவர், கண்கள் படபடக்க, “எலேய் சக்கர... வண்டிய எடுத்துட்டு தோப்புக்குப் போடா... பெரியவனுக்கு ஏதோ அடிபட்டுட்டான் பாரு... அதெல்லாம் ஒண்ணும் ஆயிருக்காது... எல்லாம் கருப்பசாமி காப்பாத்திடுவான்... நீ சீக்கிரம் கௌம்புடா சக்கர...” தளர்ந்திருந்த குரலிலிருந்து சத்தம் மிகக் குறைவாகவே வந்தது.

வீட்டை ஒட்டி இருந்த சந்திலிருந்து வெளியே வந்த சக்கரை, கையில் வைத்துத் துடைத்துக்கொண்டிருந்த மோட்டாரை அப்படியே கீழே வைத்தான். அவிழ்ந்திருந்த முண்டாசை இறுக்கிக் கட்டிக்கொண்டே செருப்பை அணிந்துகொண்டான்.

“இதோ வண்டிய எடுத்துட்டுப் போறேன்யா...” கூட்டத்திலிருந்து நான்கு பேர் சக்கரையின் பின்னால் ஓடினார்கள். அனைவரின் ஓட்டத்திலும் பதற்ற அவசரம். வானம் விடிந்து வெள்ளையும் வெளிர் நீலமும் கலந்த நிறத்துக்கு வந்து பரந்திருந்தது.

“என்னப்பா என்ன ஆச்சு...” சட்டையின் முதல் பட்டனைப் போட்டுக்கொண்டு வெளிவந்த பரந்தாமனின் முகத்தில் பவுடர் திட்டுத்திட்டாய் பூத்திருந்தது.

“கொஞ்சம் ஒன் வண்டிய எடுத்துட்டுத் தோப்புல போயி பாருப்பா... அண்ணனுக்கு ஏதோ அடிபட்டுட்டாம்ப்பா...”

“என்ன சொல்றீங்க...” கேள்வியாய் திரும்பி வீட்டுக்குள் சென்று செருப்பைப் போட்டுக்கொண்டவன் பைக்கை ஸ்டார்ட் செய்தான். வெளியில் வந்ததும், “நீங்களும் வர்றீங்களா...” என்றான்.

“அய்யய்யோ... அந்தக் கொடுமைலாம் பாக்குற தெம்பு என் ஒடம்புக்கில்லப்பா... நீ இன்னிக்கி லீவ போட்டுட்டு என்ன ஏதுன்னு போய் பாருப்பா...” காலை வெயிலும் திகைத்துப்போய் தன் சூட்டைக் குறைத்து வேடிக்கைப் பார்க்கத் தொடங்கியது.

தளர்ந்து தலையில் கையை வைத்துக்கொண்டு திண்ணையில் அமர்ந்தார் பரமசிவம். மூச்சு பெரிது பெரிதாய் வெளியானது. ஒருமுறை வீட்டுக்குள் திரும்பிப் பார்த்தார். முக வேதனை மாறாமல் “பெரியாச்சி...” என்று சத்தமாக அழைத்தார். வாசலில் கூடியிருந்த வேலையில்லாத கும்பல் பல கதைகளையும் பேசிக்கொண்டு அங்கேயே நின்றிருந்தது. வீட்டின் உள்ளிருந்து எந்த அசைவுமில்லாமல் போக கைகளை முழங்காலின் மீது ஊன்றி எழுந்தார். முகத்தசைகள் சுருங்கி அடங்கின. உத்திரத்தைப் பிடித்தவாறு உள்ளே நுழைந்தார். திண்ணை தாண்டியதும் விரிந்த ஹால். இடதுபக்கமாய் தெரிந்த அறையின் கதவைத் தட்டினார். கதவைத் திறந்த கமலாவின் கண்களில் கோபமும் எரிச்சலும் மண்டிக்கிடந்தன.

“என்ன மாமா...என்ன வேணும்?” தலைமுடியைச் சுருட்டி கொண்டையாக்கினாள்.

“உன் புருசன் மரத்து மேலேர்ந்து விழுந்துட்டான்னு ஒரே கும்பலும் கூச்சலுமா இருக்கு... எந்தச் சத்தமும் கூட கேட்காம அப்டி என்ன தூக்கம் ஒனக்கு...” விரிந்த கமலாவின் கண்களில் தூக்கம் எரிச்சல் கோபம் எல்லாம் ஒரே நொடியில் காணாமல் போய் “அய்யோ... என்ன மாமா சொல்றீங்க...” தன்னியல்பாய் வலது கை நெஞ்சுக்குப் போனது.

“வெளில வந்து பாரு... வண்டியெடுத்துட்டு சக்கர போயிருக்கான்... பரந்தாமனும் போய்ருக்கான்... நீ ஒண்ணும் மனச விட்ராத ஆச்சி... பாண்டிக்கி போய் வைத்தியம் பாத்துக்கலாம்... நடக்கக் கூடாததெல்லாம் நடக்குது இந்த வீட்டுல... நீ கவலப்படாதே” கமலாவும் பரமசிவமும் வெளியில்

வரும்போது ஏற்கனவே கூடியிருந்த கும்பலில் இன்னும் சிலர் சேர்ந்திருந்தனர். அனைவர் முகத்திலும் சொல்ல முடியாத திகில் பரவிக்கிடந்தது. சளசளவென்ற பேச்சுச் சப்தம் பரமசிவத்தைப் பார்த்ததும் குறைந்தது.

“அய்யா...” தொண்டை கம்மிய குரல் ஒன்று கூட்டத்திலிருந்து வந்ததும் பரமசிவம் நிமிர்ந்தார். ஆண்களும் பெண்களுமாய் இன்னும் சில ஜனங்கள் சேர்ந்திருந்தார்கள். அழைத்த குரலுக்குச் சொந்தக்காரர் முன்னால் வந்து நின்றார். கையிலிருந்து துண்டால் தன் வாயைப் பொத்திக்கொண்டபடி, “அய்யா... மனச விட்ராதீங்க... உங்க பெரிய பையன் விழுந்த மரத்துக்குப் பக்கத்து மரத்துல உங்க சின்னப்பையன் தூக்குல தொங்கிட்டாருய்யா... நாங்கள்லாம் சேர்ந்து எறக்கிட்டோம். ஆனா உசுரு இல்லிங்கய்யா...” பரமசிவத்தின் உடல் தள்ளாடியது. கால்களுக்குக் கீழே பூமி நடுங்கியது. அருகிலிருந்த சுவரைப் பிடித்தவர் அப்படியே சரிந்து அமர்ந்து கண்கள் சொருகி மயங்கினார்.

“பெரியவரே... அய்யா... கொஞ்சம் தண்ணி கொண்டு வாங்கப்பா...” யாரோ கத்தினார்கள்.

“அய்யோ மாமா...” அலறிய கமலா வீட்டின் உள்ளே ஓடினாள். சொம்பில் தண்ணீர் மொண்டு வந்தவள், “மாமா... மாமா...” என்றபடி கூட்டத்தில் யாரிடமோ சொம்பைத் தந்துவிட்டு தரையில் அமர்ந்து பெருங்குரலெடுத்து அழத் தொடங்கினாள். கூடியிருந்த கும்பலிலிருந்து துக்கச் சொற்கள் வாசலில் நிரம்பத் தொடங்கின. சொம்பை வாங்கியவர் பரமசிவத்தின் அருகில் அமர்ந்து முகத்தில் தண்ணீரைத் தடவிவிட்டார். கையிலிருந்த துண்டால் பரமசிவத்தின் முகத்தில் விசிறினார். கண் விழித்த பரமசிவம் அலங்க மலங்க விழித்தார். இரு கைகளாலும் தலையை இறுக்கமாகப் பிடித்துக்கொண்டார். சூழல் புரிந்ததும் தன் கையிலிருந்த துண்டால் வாயைப் பொத்திக்கொண்டு உடல் குலுங்க அழத்தொடங்கினார்.

“என் வயசுக்கு இந்தக் கொடுமைலாம் பாக்கணுமாய்யா... அய்யோ சின்னவனே...” அழுகையை மீறி துக்கத்தில் நனைந்து சிதறின வார்த்தைகள்.

"அய்யா நீங்க கலங்காதீங்கய்யா...பெரியவர ஆஸ்பத்திரில சேக்குறத நாங்க பாத்துக்குறோம். ட்ராக்டர்ல உங்க பெரிய பையன தூக்கிப்போட்டு டவுனாஸ்பத்திரிக்கி கொண்டு போயிருக்கான் சக்கர... நீங்க இங்க இருந்து சின்னவர் காரியத்த பாருங்க... மனச தளரவிட்ராதீங்க..." ஆறுதல் குரல்கள் அங்கங்கே எழுந்தன.

"பகவதி... நீ நிம்மதியா முன்னாடி போயிட்டு என்னை எல்லா கொடுமையும் பாக்க வச்சிட்டியே..." வானம் பார்த்து இரு கைகளையும் உயர்த்தி சத்தமாய் அழுதவர் தன்னை மீறி கதறினார். வெயில் பெருகத் தொடங்கியது.

மேலிருந்து விழுந்ததில் ராமலிங்கத்தின் கால் முறிந்திருந்தது. கால் முட்டி எலும்பு உடைந்து கெண்டைக்கால், தொடையோடு தொடர்பின்றி தனியே ஆடிக்கொண்டிருந்தது. கொஞ்சம் பெருத்த உடம்பு என்பதால் ராமலிங்கத்தை மூன்று பேரால் அணைத்துத் தூக்க முடியவில்லை. இடுப்பில் கை கொடுத்துத் தூக்கினால் உடைந்த கால் ஒரு பக்கமாய் இழுத்துக்கொண்டுபோய் தனியாய் ஆடியது. ட்ராக்டரில் ஏற்றுவதற்குள் வலி உச்சந்தலைக்குள் மின்னலடிக்க விடாமல் அலறிக்கொண்டிருந்தான் ராமலிங்கம். தொண்டை வறண்டுபோயிருந்தது. இமைகள் திறக்கும்போதெல்லாம் கண்கள் ஒரு நிலையின்றி அங்குமிங்கும் அலைந்துகொண்டிருந்தன. தலையை விரித்துப்போட்டுக்கொண்டு தென்னை மரங்கள் ஆடின. மூளை முழுவதும் பரவியிருந்த வலி மட்டுமே மனம் எங்கும் பரவியிருந்ததில் மரத்திலிருந்து தொங்கிக்கொண்டிருந்த புண்ணியகோடியின் உடல் ராமலிங்கத்தின் ஞாபகத்துக்கே வரவில்லை. பரமசிவத்தின் தோப்பு முழுவதும் ஊர்மக்கள் திரண்டிருந்தனர். ஒருபக்கம் ராமலிங்கத்தை ஏற்றிக்கொண்டு ட்ராக்டர் விரைந்தது. மரத்திலிருந்து இறக்கி கீழே வைக்கப்பட்டிருந்த தம்பியின் உடலைப் பார்த்ததும் தலையில் அடித்துக்கொண்டு அழத் தொடங்கினான் பரந்தாமன். அவனுக்கு ஆறுதல் சொல்லி அவனைக் கெட்டியாகப் பிடித்துக்கொள்ள இரண்டு பேர்கள் தேவைப்பட்டார்கள். பரந்தாமனின் பைக்கில் புண்ணியகோடியின் உடலை நடுவில் வைத்து ஒருவர் அணைத்துப் பிடித்தபடி பரமசிவத்தின் வீட்டுக்குக் கொண்டு வந்தனர்.

தலையில் கையை வைத்தபடி பரமசிவம் திண்ணையில் சரிந்து உட்கார்ந்திருக்க அவரின் கண் முன்னே பந்தல் போடப்பட்டது. வீட்டின் நடு ஹாலில் கிடத்தப்பட்டிருந்தது புண்ணியகோடியின் உடல். தற்கொலை என்பதால் நெருங்கிய சொந்தங்களைத் தவிர வேறு யாருக்கும் சொல்லவில்லை. போலீஸ் ஸ்டேஷன் இல்லாத ஊர் என்பதோடு அவரின் தோப்பில் நிகழ்ந்த அவரின் மகனின் தற்கொலைக்கு யாரும் பெரிதாய் கவலைப்படவில்லை. தெருவில் உள்ளவர்களும் பக்கத்துத் தெருக்காரர்களும் வந்து பார்த்துவிட்டு உடனே விலகிக்கொண்டிருந்தனர். பரமசிவத்தின் தோள் தொட்டு ஆறுதல் சொன்னவர்களும் வேறு எதுவும் பேசமுடியாமல் துக்க வீட்டிலிருந்து வெளியேறிக்கொண்டிருந்தனர். பரந்தாமன்தான் ஓடி ஓடி வேலை பார்த்துக்கொண்டிருந்தான். ராமலிங்கத்தை பாண்டிச்சேரி அரசாங்க ஆஸ்பத்திரியில் சேர்த்திருந்தனர். பரந்தாமன் தன் முதலாளியைப் பார்த்து விபரம் சொல்லியிருந்தான். அவனின் உதவிக்காக வொர்க்ஷாப்பில் வேலை பார்ப்பவர்களை அனுப்பியிருந்தார். வெளியூரில் நெருங்கிய சொந்தங்கள் எதுவும் இல்லாததால் அன்று சாயங்காலமே புண்ணியகோடியை அடக்கம் செய்வதாய் முடிவெடுத்திருந்தார்கள். கமலா மட்டுமே பிணத்தின் அருகில் ஒற்றைக்காலை மடித்து வைத்து அமர்ந்தபடி ஒப்பாரி வைத்துக்கொண்டிருந்தாள். அவளின் துக்கச் சத்தம் வீட்டைவிட்டு வெளியேறாமல் திண்ணையிலேயே சுற்றிக்கொண்டிருந்தது.

“சாகுற வயசு இல்லியே ஒங்களுக்கு கொழுந்தனாரே... வாழுற வயசுல வாழ்ந்தீங்களான்னே தெரியலையே... இப்பிடி அபாண்ட பழிக்கி ஆளாக்கிட்டுப் போயிட்டீங்களே அய்யா....நான் என்ன கொற வச்சேனோ...பாத்து பாத்துதானே சோறு போட்டு வளத்தேன்... நெறைய நெனச்சிதானய்யா எல்லாம் செஞ்சேன்... மனசுல என்ன கஷ்டத்தோட இப்டி போனீங்களோ... யய்யா நான் என்ன செய்வேன்... ஆஸ்பத்திரிலேர்ந்து ஒங்கண்ணன் வந்து கேட்டா என்ன பதில் சொல்வேனோ...” பரமசிவம் நிமிர்ந்து பார்த்துத் தலையைக் குனிந்துகொண்டார். வாய் மட்டும் முணுமுணுத்துக்கொண்டிருந்தது.

“எல்லாரையும் இப்டி பொலம்ப வச்சிட்டுப் போறதுக்கு எப்டி மனசு வந்துச்சி அவனுக்கு... சாகுற வயசா அவனுக்கு... ஏன்டா சின்னவனே இப்டி பண்ணே... ஒன் அம்மா இருந்துருந்தா இப்டி பண்ணிருப்பியா... முந்தாநாளுதான அந்த மரத்துல பாள விட்ருக்கான்னு ஏறிப்பாருப்பான்னு சொன்னேன். ஏறிப்பாத்துட்டேம்பா இன்னும் எளம்பாள விடலன்னியே அப்பா... இப்போ எளம்பாள நீயே இல்லாம போயிட்டியேய்யா... என்ன விட்டுப் போறதுக்காவ அந்த எடத்த போயி பாத்துட்டு வந்துட்டியாப்பா... இப்பிடி பண்ணிக்கிற அளவுக்கு ஒனக்கு என்னய்யா மனக்கஷ்டம்... மனசுவிட்டு சொல்லிருக்கலாமேய்யா புண்ணியகோடி...” வாயைப் பொத்தியிருந்த துண்டை மீறிக்கொண்டு துக்கத்தில் வெடித்து வந்தன வார்த்தைகள். அருகில் அமர்ந்திருந்த பரந்தாமனின் கையில் காப்பி டம்ளர் ஆறிப்போய் இருந்தது.

“அப்பா... கொஞ்சம் காப்பியாவது குடிங்கப்பா... அண்ணனுக்குதான் ஒண்ணும் இல்லைனு டாக்டர் சொல்லிட்டாங்கள்ல... முறிஞ்ச காலை ஆபரேசன் பண்ணி ஒட்ட வச்சிடுவாங்கப்பா... தம்பி ஒடம்பையாவது நல்லபடியா அனுப்பி வைப்போம்பா... எந்திரிச்சி வாங்கப்பா... காலைலேர்ந்து ஒண்ணும் சாப்புடாம வயித்த காயப்போட்டா அழுறதுக்கு கூட தெம்பு வேணும்பா...” பேசிக்கொண்டே இருந்தவன் டம்ளரைக் கீழே வைத்துவிட்டு வெடித்து அழத்தொடங்கினான்.

“ஒரு கல்யாணம் காட்சி பண்ணி பாக்காம நம்ம வீட்லேர்ந்து ஒரு உசிரு போனுச்சின்னா அது சாபம்டா பரந்தாமா... அவன் இருந்து எனக்கு தீ வைப்பான்னு நெனச்சேன்டா...அவனுக்கு நான் கொள்ளி வைக்க நான் என்ன பாவம் பண்ணேன்... அவன் ஏறி இறங்கி விளையாடுன மரத்துல இப்டி பண்ண எப்டிடா மனசு வந்துச்சி. மனசுல என்னத்த வச்சி போன உசிரோ தெரிலியேடா தம்பி...” கண்ணீர் வழிந்தபடியே இருந்தது. தெரு ஜனங்களின் ஆயிரம் குறுகுறுப்பான பேச்சுகளின் நடுவில் அன்று மாலை புண்ணியகோடியின் உடல் இடுகாட்டுக்குக் கொண்டு செல்லப்பட்டது. ஆர்ப்பாட்டம் எதுவும் இல்லாமல் மிக அமைதியாய் தெருக்களைக் கடந்து மயானம் சென்றது சடலம். பரமசிவத்தைத் தன் பைக்கில் வைத்து இடுகாட்டுக்கு

அழைத்துப் போனான் பரந்தாமன். தோப்பினைக் கடந்து சென்றபோது நெடிது உயர்ந்து வளர்ந்திருந்த அந்த மரங்களில் தன் மகனைத் தேடினார் பரமசிவம். வெறித்த அவர் கண்களின் முன் தென்னையேறிக்கொண்டிருந்த புண்ணியகோடியின் முகத்தில் பயமும் வெறுப்பும் படர்ந்திருந்ததைப் பார்த்தார். பரந்தாமன் அணைத்துப் பிடித்துக்கொள்ள பரமசிவம் கொள்ளி வைத்தார். திகுதிகுவென்று பெரும் வெப்பத்துடன் எரிந்தது புண்ணியகோடியின் உடல். ஈர வேட்டியுடன் வீட்டுக்கு வந்த பரமசிவம் காலில் தண்ணீர் ஊற்றிக்கொண்டு தளர்ந்து அங்கேயே அமர்ந்தார். வீட்டின் உள்ளே பெரும் இருள் அடர்ந்திருந்ததைக் கவனித்தார். தன் வயதில் இதுவரை காணாத இருட்டு அது. இந்த வீடு இனிமேல் காணப்போகும் விபரீதம் எதிர்கொண்டவர் முதுகு தளர்ந்து பெருமூச்சு விட்டார்.

3

“கிளினிக்குக்கு லீவ் போட்டுட்டேன் மாமா... அவர் சரியாகி வரவரைக்கும் நான் பக்கத்துல இருந்து பாத்துக்குறேன். சமச்சி வச்சிருக்கேன். எடுத்துப்போட்டு சாப்புட்டுக்குறீங்களா...” மடியில் அகிலனை அணைத்தவாறு திண்ணையில் அமர்ந்திருந்த பரமசிவம் நிமிர்ந்து பார்த்தார். கமலா கையில் வைத்திருந்த ஒயர் கூடையில் ராமலிங்கத்தின் சில உடைகளும் மதியத்துக்குத் தேவையான சாப்பாடும் இருந்தன. கமலா ஒல்லியான உருவம். உயரம். அதனாலே அவளுக்கு புடவை மிகப் பாந்தமாய் பொருந்தும். கஞ்சி போட்டு அயர்ன் பண்ணிய காட்டன் புடவை விரைப்பாய் நின்றிருந்தது அவள் உடம்பில். காட்டன் புடவைகள் அதிகம் வைத்திருக்கும் கமலா தினம் ஒன்று புதிதாய் கட்டுவது போலவே ஒரு மாயத்தோற்றம் உருவாக்குவாள். கொஞ்சம் விரிந்த பெரிய கண்கள். கூர் நாசி. சிறிய உதடுகள். பிறந்த இடத்து வறுமையில் உடம்பு பூசாமல் இருந்தவள் புகுந்த வீட்டுக்கு வந்து செழிப்பான சாப்பாடு சாப்பிட்டும் உடம்பு தேறாமல் இருந்தாள். இரவுகளில் ராமலிங்கத்தின் அகல உடம்பின் திமிறிய சதை மோதும்போதெல்லாம் லேசாய் மூச்சுத் திணறுவாள் கமலா. ஆனாலும் சுகப்பிரசவத்தில்தான் அகிலனை ஈன்றெடுத்தாள். நயினார் குப்பத்துக்குப் பக்கத்து ஊரான மயிலாடியில் புதிதாய் திறந்துள்ள தனியார் கிளினிக்

ஒன்றில் வேலை பார்க்கும் கமலாவுக்கு கமலஹாசன் என்றால் மிகவும் பிடிக்கும்.

மையமாய் தலையாட்டினார் பரமசிவம். கமலாவின் உடம்பிலிருந்து புறப்பட்டு காற்றில் கலந்த வெளிநாட்டு செண்ட்டின் வாசனை லேசாய் குமட்டியது பரமசிவத்துக்கு. சுவரில் மாட்டியிருந்த புண்ணியகோடியின் புகைப்படத்துக்கு போட்டிருந்த மாலை காய்ந்திருந்தது. தோற்றம் மறைவு தேதியைப் பார்த்துவிட்டு கண் கலங்கத் தொடங்கினார். புண்ணியகோடியின் போட்டோவுக்கு அருகில் பரமசிவத்தின் மனைவி பகவதியின் போட்டோ இருந்தது. அதிலும் காய்ந்துபோன மாலை தொங்கிக்கொண்டிருந்தது. அகால மரணம் என்பதால் துக்க சம்பிரதாயங்கள் எதுவும் பின்பற்றவில்லை. பதினைந்து நாட்களிலே புண்ணியகோடியின் போட்டோவை வீட்டின் நடுவில் மாட்டிவிட்டார்கள். விபரம் தெரிந்து தாமதாய் வந்தவர்கள் வீட்டில் யாருமில்லாமல் பரமசிவத்துக்கு மட்டும் ஆறுதல் சொல்லிப் போனார்கள். ராமலிங்கத்துக்கு இன்னும் ஆபரேசன் முடியவில்லை. பரந்தாமனும் கமலாவும் மாறிமாறி பார்த்து வந்தார்கள். பரந்தாமனுக்கு வேலை அதிகம் இருந்ததால் லீவு போட முடியாமல் போக கமலா கிளினிக்குக்கு லீவ் போட்டாள். பகல் நேரத்திலும் வீட்டின் உள்ளே பரவியிருந்த இருள் தாளமுடியாத வேதனையைத் தந்தது பரமசிவத்துக்கு.

ஆஸ்பத்திரியில் ராமலிங்கத்துக்கான ஆபரேசனுக்குக் காத்திருக்க வேண்டியதாயிற்று. ஆர்த்தோ வார்டில் பெட் காலியில்லாததால் எமர்ஜென்சி வார்டிலேயே பல நாட்கள் இருக்க வேண்டியதாய் போயிற்று. பத்து நாட்களுக்குப் பிறகு மாற்றப்பட்ட எலும்பு சிகிச்சை வார்டில் ஒரு பெட்டுக்கு இருவராய் இருக்க வேண்டியதாயிற்று. தனி பெட் கிடைத்து ஸ்பெஷல் வார்டுக்கு மாற்றப்பட்டு ஒரு வழியாய் இருபத்து ஐந்து நாட்களுக்குப் பிறகு ராமலிங்கத்துக்கு ஆபரேசன் நடந்தது. வலி உச்சந்தலையைத் தாக்க ராமலிங்கம் அலைக்கழிக்கப்பட்டான். ஆபரேசன் முடிந்தும் பதினைந்து நாள் கழித்துதான் டிஸ்சார்ஜ் செய்யப்பட்டான். காலில் அசைவு இருக்கக் கூடாதென்று தொடையிலிருந்து பாத விரல்கள் வரை

மாவுக்கட்டு போடப்பட்டிருந்தது. ஆஸ்பத்திரியிலே ஏற்பாடு செய்யப்பட்டிருந்த ஆம்புலன்ஸின் ஸ்ட்ரெச்சரில் படுத்தபடி வீட்டுக்கு வந்தான்.

அறையிலிருந்த கட்டிலில் மெத்தை அகற்றப்பட்டு ராமலிங்கத்துக்காகத் தயாராகி இருந்தது. ஸ்ட்ரெச்சரோடு உள்ளே வந்து அறைக்கட்டிலில் அவனைப் படுக்க வைத்துவிட்டுப் போனார்கள் ஆஸ்பத்திரி ஊழியர்கள். அறையில் படுத்தபடி ஹாலில் மாட்டியிருந்த புண்ணியகோடியின் போட்டோவைப் பார்த்துவிட்டு வெகுநேரம் அழுதுகொண்டிருந்தான். தான் வலியில் இருந்தபோது தெரியாத தம்பியின் மரணத்தின் துயரமும் இழப்பும் பதப்படுத்தப்பட்ட அழுகையாய் பெருகி அறையை நிரப்பத் தொடங்கியது. ராமலிங்கத்துக்கு எவராலும் எந்த விதத்திலும் ஆறுதல் சொல்ல முடியவில்லை. புண்ணியகோடியின் இருப்பின்மை ராமலிங்கத்துக்கு அவனுக்கான உடைந்த எலும்பின் வலியைக் கொஞ்சம் மறக்கச் செய்திருந்தது எனலாம். காலம் பெரிய வலிக்கு அருகில் சிறிய வலியை வரைந்துகொண்டேயிருந்தது. மல ஜலம் எல்லாம் பெட்பான் வைத்து அகற்றப்பட்டது. பரமசிவமும் கமலாவும் ராமலிங்கத்தின் கழிவை அகற்றினார்கள். ரகசிய அவமானத்தில் சுருங்கினான் ராமலிங்கம். நடு ராத்திரியில் மூத்திரம் முட்டும்போதெல்லாம் ஆழ்ந்து உறங்கிக்கொண்டிருக்கும் கமலாவை கையறு நிலையில் அழைத்தான். கட்டிலுக்குக் கீழே பாய் விரித்துப் படுத்துக்கொண்டாள் கமலா. ஆறு மாதம் கழித்து கட்டு பிரிக்க ஆஸ்பத்திரிக்குச் சென்றபோது புதிதாய் ஒரு அதிர்ச்சி காத்திருந்தது.

எடுக்கப்பட்ட எக்ஸ்ரே ரிசல்ட் ராமலிங்கத்தின் வாழ்வைக் காட்டியது. உடைந்த கால் எலும்பு ஒன்று உடைந்த பாகத்துடன் நேராக சரியாக ஒட்டாமல் கொஞ்சம் மேலே ஏறி ஒட்டியிருந்தது. துண்டித்த எலும்பு ஒட்டிய இடத்தில் உருண்டையாய் ஒரு மாவு உருண்டை அளவுக்கு வீக்கம் இருந்தது. அது எலும்பு உருண்டை. ராமலிங்கம் கால் ஊன்றி நிற்க முடியாமல் தவித்தான். காலைத் தரையில் இறக்கவே முடியவில்லை. நிலத்தில் பாதம் பட்டதுமே உச்சந்தலைக்கு விர்ரென்று வலியும் கூச்சமும் பரவியது. தலையைச் சிலுப்பி உடல் நடுங்க

கட்டிலிலே அமர்ந்தான். டாக்டர் ஆயின்ட்மென்ட் எழுதித்தந்து தொடர்ந்து வீக்கத்தின் மீது போட்டுவரச் சொன்னார். வீட்டுக்குப் போய் மூன்று மாதம் கழித்து வந்து பார்க்கச் சொன்னார். கால் முட்டியை சரிவர மடக்க முடியாததால் வாடகை டாக்சி பிடித்து பின்சீட்டில் படுத்தபடியே வீட்டுக்கு வந்து சேர்ந்தான். தொடர்ந்து ஆயின்ட்மென்ட் போட்டும் வீக்கம் குறையவில்லை. வலியும் அதிகமானது. ராமலிங்கத்தால் எழுந்து நிற்கவும் முடியவில்லை. கமலாவின் தோளைப் பிடித்துக்கொண்டு நிலத்தில் கால் ஊன்றினால் பூமியே தட்டாமாலை சுற்றுவதுபோல் சுற்றியது. மூச்சு பெரிதாகி வியர்த்து ஊற்றி தளர்ந்து கட்டிலில் பொத்தென்று அமர்ந்தான். முகம் முழுவதும் பரவி நகர்ந்த வலியின் ரேகைகளை அடர்ந்து முளைத்திருந்த தாடியும் மீசையும் மறைத்தன. ராமலிங்கத்தின் அவஸ்தையைக் கண் கொண்டு பார்க்க முடியாமல் உறக்கம் தொலைத்தார் பரமசிவம்.

எலும்பு சிகிச்சைக்குப் பேர்போன நாட்டுமருந்து வைத்தியர் ஒருவரை சிதம்பரத்துக்குப் பக்கத்தில் இருந்த சிற்றூரில் போய் நேரடியாகப் பார்த்து கையோடு அழைத்து வந்தார் பரமசிவம். சட்டை எதுவும் அணியாமல் வெற்று மார்பின் மேல் நூல் விழுந்திருந்தது வைத்தியருக்கு. வேட்டி மட்டும் அணிந்திருந்தார். அதையும் இரு தொடைகளுக்கு இடையில் பஞ்சகச்சம் போல் செருகிக் கட்டியிருந்தார். மண்டை முழுதும் மழித்திருந்தார். நான்கரை அடி உயரத்தில் இருந்தார். வயதில் பழுத்த அனுபவம் மார்புச் சுருக்கத்தில் தெரிந்தது. அரும்பாய் வளர்ந்திருந்த தலை முடியில் உச்சியிலிருந்து நீளமாய் ஒற்றை முடி மட்டும் வளர்த்து நுனியில் ஒரு முடிச்சிட்டிருந்தார். ராமலிங்கத்தைப் பார்த்ததும் சிரித்தார். ராமலிங்கத்தின் கால் முழுவதும் தன் விரலால் நீவினார். சதையற்று நரம்புகளின் இறுக்கத்தில் மெலிதாய் பலமாய் இருந்தன விரல்கள். எலும்பின் மேட்டில் அந்த விரலால் அழுத்தினார். “அய்யோ...” என்றான் ராமலிங்கம். வாய் திறந்து மூடினான். வலி ஊடுருவியதில் கன்னத்து சதைகள் துடித்தன.

“ஏறிக்கிட்டு ஒட்டுன எலும்பு ரொம்ப பலமா வளந்துருக்கு... எளகவச்சி இறுக்கத்த தளர்த்தி லூசாருக்குற எலும்ப ஒடச்சிதான்

மறுகட்டு போடணும். நாலு மாசம் எண்ண வைத்தியம் மட்டுமே குடுத்து எலும்ப தளர்த்தணும்...” என்றார் வைத்தியர். அந்த நான்கரை அடி உருவத்துக்குச் சற்றும் சம்பந்தமில்லாமல் குரலில் கனத்த கம்பீரம்.

“செலவ பத்தி கவலைப்பட வேணாம்... சரியாக்கி அவன நடக்க விட்டீங்கன்னா போதும் வைத்தியரே...” பரமசிவத்தின் குரலில் தழுதழுப்பு கூடியிருந்தது. வைத்தியர் தான் கொண்டு வந்திருந்த ஜோல்னாப் பையை பிரித்தார். உள்ளிருந்து சில பொருள்களை எடுத்து வெளியே வைத்தார். கமலாவிடம் சுடுநீர் போட்டுக் கொண்டுவரச் சொன்னார். ஆபரேசன் செய்து துருத்தித் தெரிந்த எலும்பின் மீது மெலிதான வெள்ளை நிற துணியால் சுற்றிக் கட்டினார். கட்டின் மீது தன் பையிலிருந்து வெளியில் எடுத்து வைத்த முனை சீவிய சின்னச்சின்னதான மரப்பட்டைகளை வைத்து அதன் மீதும் வெள்ளைத் துணியைச் சுற்றினார். ஹார்லிக்ஸ் பாட்டிலில் ஊற்றிக் கொண்டு வந்திருந்த மூலிகை எண்ணெய்யை கட்டின் மீது ஊற்றினார். துணியில் ஊறிய எண்ணெய் மீறி வழிந்து தரையில் இறங்கியது. ஹார்லிக்ஸ் பாட்டிலை கமலாவின் கையில் தந்தார் வைத்தியர். கமலா கொண்டு வந்திருந்த சுடுநீரில் கையைக் கழுவி உதறினார்.

“அசைவு குடுக்கக் கூடாதும்மா...படுக்கையிலேதான் இருக்கணும்...டெய்லி காலலையும் சாயங்காலமும் சலிக்க எண்ணெய் ஊத்துங்க. காயவிட்ராதீங்க... நான் அடுத்த வாரம் வந்து பாக்குறேன்...” கொண்டு வந்த எண்ணெய்க்கும் வந்து போக போக்குவரத்துச் செலவுக்கும் பணம் வாங்கிக்கொண்டு புறப்பட்டார் வைத்தியர். வாரா வாரம் வரும்போதெல்லாம் வைத்தியர் புதிதாய் இன்னொரு பாட்டில் தந்து பணம் வாங்கிச் சென்றார். பரமசிவமும் கமலாவும் எண்ணெய் ஊற்ற மறந்திருந்தாலோ வேறு ஏதும் வேலையாய் இருந்தாலோ தன் தலைமாட்டில் வைக்கப்பட்டிருக்கும் பாட்டிலைத் திறந்து ராமலிங்கமே ஊற்றிக்கொண்டான். பரமசிவம் பார்த்துவிட்டு கோபமாய் சத்தம் போட்டார்.

“அசைவு குடுக்கக் கூடாதுன்னு வைத்தியர் சொல்லிருக்காரு... மீறி இப்டி பண்ணுனா என்ன அர்த்தம். நாங்க இல்லாமலா

போயிட்டோம். ஒரு வார்த்த அப்பான்னோ கமலான்னோ கூப்புட்டா வந்து செய்யப்போறோம். ஏதாவது ஒண்ணு கெடக்க ஒண்ணு ஆனா... பட்ட பாடெல்லாம் போதாதா... இன்னும் அனுபவிக்கணுமா...” மூச்சிரைத்தது பரமசிவத்துக்கு.

“அப்போ நான் ஓங்களுக்கெல்லாம் செரமம் குடுத்துட்டுதான இருக்கேன்... உங்கள ஏன் தொந்தரவு பண்ணணும்னுதான் என்னால முடிஞ்ச வேலைய செய்றேன்... இப்டி எல்லாருக்கும் பாரமா இருக்குறதுக்கு மேலேர்ந்து விழுந்தப்பவே நானும் போய் சேர்ந்துருக்கணும்...தொணையா என்னையும் கூட்டிட்டுப் போயிருக்கலாமேடா தம்பி...” வாய் கோணி அழுதான் ராமலிங்கம்.

“இங்க யாரும் யாருக்கும் தொந்தரவெல்லாம் இல்ல. சும்மா பொலம்பிட்ருக்காதீங்க... வயசான காலத்துல மாமா என்ன வேதன பட்டுட்டுருக்காருன்னு புரியாம பேசாதீங்க. நாங்கள்லாம் நல்லா தூங்கி மாசக்கணக்குல ஆச்சி... நீங்க நல்லபடியா எழுந்து நடமாடுனா மொட்ட போடுறதா வேண்டிருக்கேன் கருப்புசாமிக்கி... வேண்டுதல வெளிய சொன்னா பலிக்காதுன்னுதான் வாய மூடிகிட்டு இருக்கேன்... பாரம்னு நெனச்சா வயித்துப்புள்ள கூட பாரம்தான்...” உள்ளுக்குள் அடக்கி வைத்திருந்த வெகுநாள் ஆத்திரத்தை வார்த்தையாக்கிக் கொட்டினாள் கமலா. ராமலிங்கம் மேலும் முகம் சுருக்கினான்.

“பெரியாச்சி செத்த சும்மா இருக்க மாட்டே.... அவன்தான் வலியில ஏதோ சொல்றான்னா நீயும் சரிக்கி சமமா பேசிட்ருக்க... ஒன் நல்லதுக்குதானப்பா எல்லாரும் கஷ்டப்படுறோம்... புரிஞ்சிக்கடா ராமலிங்கம்...” ராமலிங்கத்தின் தோள் மீது பரமசிவத்தின் கை படிந்து விலகியது.

ஒரு மாதம் முடிந்திருந்த ஒருநாள் வைத்தியர் வந்து கட்டினை அவிழ்த்தார். பருமனான கால் வீக்கமெல்லாம் வற்றிப்போய் காலே சூம்பிப்போன மாதிரி தெரிந்தது. தொடை சதை மீது கைகளால் தேய்த்தார் வைத்தியர். எண்ணெயில் ஊறி திரண்டிருந்த அழுக்கு திப்பி திப்பியாய் வந்தது. கமலாவிடம் ஒரு ரூபாய் நாணயம் ஒன்று கேட்டார். காசினை வாங்கியதும்

பரமசிவத்தை அறையிலிருந்து வெளியே போய் நிற்கச் சொன்னார். கமலா தந்த காசினை ராமலிங்கத்தின் தொடையில் வைத்து அழுத்தி இறக்கியபடி வந்தவர் ஏறிக்கொண்டு ஒட்டி வளர்ந்திருந்த எலும்பின் மீது வைத்து அழுத்தினார். ராமலிங்கத்தின் இருதயத் துடிப்பை வைத்தியரின் செவி உணர்ந்தது.

ராமலிங்கத்திடம், "தம்பி எறும்பு கடிக்கிறாப்ல சுருக்குங்கும். மனசுல பச்ச கலர்ல ஏதாவது நெனச்சிக்குங்க... கையில வச்சிருக்கிற துணிய வாய்ல வச்சி கடிச்சிக்குங்க...செத்த நிமிசத்துல முடிஞ்சிடும்..." தனது கைகளின் இரண்டு கட்டை விரல்களாலும் ஒரு ரூபாய் நாணயத்தை அழுத்திப் பிடித்தவர் இரு விரல்களையும் ஒன்று சேர்த்து நாணயத்தை எலும்போடு சேர்த்து அழுத்தினார். நாள்பட்ட எண்ணெய் ஊற்றியதில் ஊறிப்போய் தன் சத்திழந்து முழு பலத்தையும் தொலைத்து மிக பலவீனமாய் இருந்த எலும்பு பட்டென ஒடிந்தது. ராமலிங்கத்தின் மூளைக்குள் மளுக்கென்றது. அவன் மனதில் விரிந்திருந்த பச்சை நிற தென்னை ஓலைகள் மறைந்து இரண்டு கால்களையும் தொங்கவிட்டபடி நாக்கு துருத்திக்கொண்டு ஒரு உடல் பொத்தென வெளியே வந்து விழுந்தது. பற்களுக்கிடையில் அழுத்திக் கடித்துக்கொண்டிருந்த துண்டுத்துணி நழுவி அவன் மடியில் விழுந்தது. மூளைக்குள் சின்னதாய் மின்னல் கோடு படர கண்களில் மிதந்த நீர் வழிந்து கன்னம் தடவி மீசை தாடியில் இறங்கி சேர்ந்தது. கண்களை இறுக மூடி உடம்பெங்கும் ஓடிக்கொண்டிருந்த வலியை அனுபவித்தான். உடைந்த எலும்பை மிகச் சரியாகப் பொருத்தி மீண்டும் முன்பு போல் துணியால் கட்டிய வைத்தியர் புதிதாய் கொண்டு வந்திருந்த எண்ணெயை ஊற்றினார். கட்டிலில் சாய்ந்து படுக்கச் சொன்னார். உடல் தளர மல்லாந்து படுத்த ராமலிங்கத்தின் மூடிய கண்களுக்குள் புண்ணியகோடியின் உடல் நிர்வாணமாய் தொங்கிக்கொண்டிருந்தது. கழுத்துக்குக் கீழே நீளமாய் பிதுங்கித் தொங்கிய நாக்கு நிர்வாணம் மறைத்திருந்தது.

4

மேலும் இரண்டு மாதங்களுக்கு வைத்தியர் தொடர்ந்து வந்துகொண்டிருந்தார். புதிது புதிதாய் கட்டுகள் போடப்பட்டன. முட்டையும் உளுந்துமாவும் கலந்து பிசைந்து புதிதாய் ஒரு கட்டு போடப்பட்ட அன்று ராமலிங்கத்தின் காலில் இருந்த ரோமங்கள் ஜிவ்வென்று இழுத்து வலி உச்சந்தலையில் ஆணியடித்தது. விடிய விடிய தூங்காமல் ராமலிங்கம் ஏதேதோ புலம்பிக் கொண்டிருந்ததைப் பயத்துடன் பார்த்துக்கொண்டிருந்தாள் கமலா. மறுநாள் குளித்து முடித்து தன் கண்ணெதிரில் புடவை மாற்றி உடம்பெங்கும் சென்ட் பீய்ச்சிக்கொண்டிருந்த கமலாவையே வெறித்த விழிகளால் பார்த்துக்கொண்டிருந்தான் ராமலிங்கம். அன்று இரவும் வலியில் அரற்றியவனுக்கு பாலில் தூக்க மாத்திரை கலந்து கொடுத்தாள் கமலா. நாளாக நாளாக எலும்பு கூடி ரத்த ஓட்டம் வழக்கம்போல செல்லத் தொடங்கியது. புது ரத்தப் பாய்ச்சலுக்கு காலில் தாள முடியாத நமைச்சல் ஏற்பட்டது. போட்டிருக்கும் கட்டினை மீறி சொரிந்துகொள்ள முடியாமல் தவித்தான் ராமலிங்கம். கிளினிக்கிலிருந்து கமலா கொண்டுவந்த தூக்க மாத்திரைகள் தூக்கத்தைத் தராமல் மேலும் சோர்வைத்தான் தந்தன. எல்லா இரவுகளிலும் அரிப்பு கூடி இருளினை விழித்துப் பார்த்தபடி படுத்துக் கிடந்த ராமலிங்கத்தின் பார்வையில் அறையின் மங்கிய வெளிச்சத்தில் மல்லாந்து படுத்து உறங்கும் கமலாவின் கழுத்து வெண்மை வேறு ஏதோ சொல்லியபடி இருந்தது.

வைத்தியர் கட்டுப் பிரித்தார். எலும்பின் வீக்கம் பார்வைக்குத் தெரியவில்லை. சமமாய் இருந்தது. கால் நீட்டி அமர்ந்திருந்தவன் முதுகை வளைத்து முன்னால் குனிந்து வலது கையால் தன் காலைத் தொட்டுத் தடவினான். புதிதான சதையைத் தொடுவதுபோல் இருந்தது. தடவத் தடவ சுகமாய் இருந்தாலும் லேசாய் அரிப்பும் கிளம்பியது. சட்டென்று கையை விலக்கினான். கட்டிலிலிருந்து நகர்ந்து வந்து காலைத் தொங்க விட்டான். கால் மடங்காமல் அடம் பிடித்தது. தொடையின் அழுத்தத்தில் காலை லேசாக மேலே தூக்கியபடி இருந்தான். ராமலிங்கத்தின் கண்களில் இயலாமை கூடி அலைபாய்ந்தது. பரமசிவத்தை ஏக்கமாய் பார்த்தான்.

“அஞ்சாறு மாசமா அசைவு குடுக்காம விட்டோம்ல. அதுல கொஞ்சம் மூட்டுப்பக்க ஜவ்வு புடிச்சி போய்தான் இருக்கும். டெய்லி வெந்நீர் வச்சி ஒத்தடம் குடுங்க... பாத்ரூம் வரைக்கும் காலைத் தாங்கிப் போக முடிஞ்சிதுன்னா அங்கையே ஒக்காந்துட்டு எலும்பு மேல வெந்நீர் ஊத்தலாம். அது இன்னும் நல்லது. ரூமுலையே அடஞ்சி கெடக்காம கொஞ்சம் காத்தாட வாசப்பக்கம் போய் ஒக்காருங்க... ரெண்டு மாசத்துக்குத் தேவையான எண்ணெயை மொத்தமா கொண்டு வந்துருக்கேன்... வச்சிக்குங்க...தொடர்ந்து ஊத்திட்டு வாங்க. படுத்தே கெடக்காம அசைவு குடுங்க... கொஞ்சம் கொஞ்சமா நடந்துடலாம்... எதும் வேணும்னா போன் நம்பர் தரேன். கூப்புடுங்க... நம்ப வீட்டுல போன் இல்ல. இது பக்கத்து வீட்டுல தபாலாபீஸுல வேல பாக்குற தம்பியோட நம்பரு. போன் பண்ணி வைத்தியர கூப்புடுங்கனா என்கிட்ட சொல்லி வுட்ருவாங்க... இல்லைனா நேர்ல ஒரு எட்டு வந்துட்டுப் போங்க... அப்போ நான் விடை பெற்றுக்குறேன்...” வைத்தியரின் வார்த்தைகள் கட்டளை போலவே வெளிவந்தன. புறப்படும் முன் தன் மடியிலிருந்த சிறு பையிலிருந்து விபூதியை அள்ளி ராமலிங்கத்தின் நெற்றியில் பட்டையாய் பூசினார். கைகூப்பி கும்பிட்டு அறையிலிருந்து வெளியேறினார். ஹாலில் வைத்து வைத்தியருக்கு பரந்தாமன் பணம் எண்ணித் தந்தது அறையிலிருந்த பீரோ கண்ணாடியில் தெரிந்ததைப் பார்த்துக்கொண்டிருந்தான் ராமலிங்கம்.

பரமசிவத்தைப் பிடித்துக்கொண்டு எழுந்து நின்று பார்த்தான்

ராமலிங்கம். முன்புபோல் தலை சுற்றிக்கொண்டு வரவில்லை என்றாலும் கால் தரையில் படும்போது எழுந்த கூச்சம் உடல் முழுவதும் பெரும் நடுக்கத்தைத் தந்தது. மிக லேசாக காலில் அழுத்தம் தந்தான். வலி கண்ணுக்குள் தெறிக்க ஒரு காலில் தாங்கி நின்றான். பல மாதங்களுக்குப் பிறகு நின்றுகொண்டிருப்பதே அவனுக்குப் பெரும் சந்தோசத்தைத் தந்தது. சுவரை ஒரு கையால் ஆதாரமாக்கிக்கொண்டு பாத்ரூம் வரைக்கும் செல்லத் தொடங்கினான் ராமலிங்கம். பரமசிவமோ பரந்தாமனோ கமலாவோ யாரோ ஒருவர் அவர்களின் ஒரு பக்கத் தோளை ராமலிங்கத்துக்குத் தந்தனர். வைத்தியர் சொன்னபடி நொச்சி இலை, வாதநாராயணன் இலை, புளிய இலை, ஆடாதொடா இலைகள் போட்டு கொதிக்க வைத்த நீரை ராமலிங்கத்தின் காலில் ஊற்றி ஒத்தடம் கொடுத்தார் பரமசிவம். சூடான நீர் தோலில் பட்டதும் கண்கள் மூடி பரவும் சூட்டினை அனுபவித்தான். திடீரென்று அந்தச் சூட்டினைப் பொத்துக்கொண்டு மேலிருந்து விழுந்த புண்ணியகோடியின் உடம்பினைக் கண்டு அதிர்ந்து கண் திறந்தான். “என்னப்பா ஆச்சி?” தன் தோள் தொட்டு உலுக்கிய பரமசிவத்தை அணைத்துக்கொண்டு வயிற்றின் மீது முகம் புதைத்து அழுதான் ராமலிங்கம்.

பரமசிவத்தின் தோளைப் பிடித்துக்கொண்டு மெதுவாக நடை பழகினான். இன்னொரு கையில் சவுக்குக் கழி இருந்தது. கழியைத் தரையில் ஊன்றி ஒற்றைக் காலைத் தாங்கித் தாங்கி நடந்து பழகினான். தனியாய் டாய்லெட்டுக்குள் சென்று நின்றுகொண்டே மலம் கழிக்கத் தொடங்கினான். கையில் ஊன்றிய கழியை இறுகப் பிடித்துக்கொண்டு லேசாகக் குனிந்து இடுப்பை பின்னால் வளைத்து மலம் கழித்தான். அரிதான சமயங்களில் புட்டத்துளை தாண்டி வெளியேறும் மலம் தொடை வழியே வழிந்து கீழிறங்கியது. வாளியில் உள்ள தண்ணீரை மொண்டு ஊற்றிக் கழுவ கஷ்டப்பட்டான். உடம்பை வளைக்க முடியாமல் வளைத்து காலினை வலியுடன் தூக்கிக் கழுவினாலும் மலம் அங்கங்கே ஒட்டியிருப்பது போலவே தோன்றியது ராமலிங்கத்துக்கு. முழுவதும் கழுவினாலும் திரும்பத் திரும்ப வேட்டியால் துடைத்துக்கொண்டே இருந்தான்.

ராமலிங்கத்தின் உடம்பில் லேசாய் மலவாடை படியத் தொடங்கியது. கழிவிரக்கம் சூழத்தொடங்கியது அவனைச் சுற்றி. நோய்மை பீடித்த தன் உடம்பை அருவருத்து வெறுத்தான். கோபத்தினை வெளிக்காட்டத் தெரியாமல் வினோதமாய் ஏதேதோ செய்யத் தொடங்கினான்.

பரந்தாமனும் கமலாவும் வேலைக்குப் போக பரமசிவம் மட்டும் வாசல் திண்ணையில் அமர்ந்திருப்பார். ஒருநாள் காலையில் தான் குடித்த காபி டம்ளர் மதியம் வரைக்கும் யாரும் எடுத்துப் போகாதது எரிச்சலைக் கிளப்பியது ராமலிங்கத்துக்கு. வீட்டில் யாரும் இல்லையென்பதை மனம் உணர்ந்தாலும் மூளை அதை ஏற்க மறுத்தது. கோபத்துடன் அறையிலிருந்து வெளியே தூக்கி எறிந்தான். யாருமில்லாத மதிய நேரத்திலும் துயரம் பூசிய இருள் படர்ந்திருந்த ஹாலின் சுவரில் பட்டுத் துள்ளியது சில்வர் டம்ளர் சத்தத்துடன். சத்தம் கேட்டு பதறி ஓடிவந்தார் பரமசிவம். “பெரியவனே என்னப்பா ஆச்சி...?” பரமசிவம் அறைக்குள் வந்து பார்த்தபோது கண் மூடி படுத்திருந்தான் ராமலிங்கம். கோபமான மூச்சில் நெஞ்சுக்கூடு ஏறி இறங்கியதைப் பார்க்க பரமசிவத்துக்கு ராமலிங்கத்தின் இயலாமை வெளிப்பாடு புரிந்தது. “படுத்தே கெடக்காம செத்த வாசல்ல ஒக்காந்து வெளித்தெருவ பாக்கலாம்லப்பா” என்றார் கசப்பாய். மறுநாளிலிருந்து வாசல் திண்ணையில் வந்து அமர்ந்து பரமசிவத்துடன் சேர்ந்து வெளியே வேடிக்கைப் பார்க்கத் தொடங்கினான். கண் முன்னே வெயில் தன் வடிவம் மாற்றி அலைந்துகொண்டிருப்பதை காலை முதல் மாலை வரை பார்த்துக்கொண்டே இருந்தான் ராமலிங்கம். பரமசிவமாய் பேச வந்தாலும் முகம் சுளித்து தன் இயலாமையை வெளிப்படுத்தி பதில் பேசாமல் தனக்குள் ஒடுங்கினான்.

பரந்தாமனிடம் சொல்லி டவுனிலிருந்து வெஸ்டர்ன் டாய்லெட் வரவைத்தார் பரமசிவம். முன்பிருந்த பாத்ரூமுடன் சேர்ந்த டாய்லெட்டில் காலை மடக்கி அமர்ந்து மலம் கழிக்கும் இண்டியன் டைப்தான் இருந்தது. ராமலிங்கம் கால் மடக்க கஷ்டப்படுவதைப் பார்த்த பரமசிவம் அவராய் ஒரு முடிவுக்கு வந்து பழைய பாத்ரூமுக்குப் பக்கத்திலே வெஸ்டர்ன் டாய்லெட் கட்டினார். முழுவதுமாக காலை மடக்க முடியாவிட்டாலும்

கால் ஊன்றி நடக்கத் தொடங்கினான் ராமலிங்கம். ஆனால் இடது காலை நிலத்தில் அழுந்த ஊன்றி வைக்க முடியாமல் அதற்கான அழுத்தத்தையும் வலது காலுக்கே தந்ததில் ஒரு காலை உந்திதான் நடக்க முடிந்தது. புதிதாய் கட்டப்பட்ட வெஸ்டர்ன் டாய்லெட்டின் பீங்கானில் அவன் தொடை அழுந்த அமர்ந்து மலம் கழித்தபோது ஏனோ அடக்க முடியாமல் அழுகை வந்தது. உட்கார்ந்தபடி அழுதான். யாருமில்லா வீட்டுக்குள் அடைந்து கிடப்பதைத் தவிர்த்து அடிக்கடி டாய்லெட்டுக்குள் சென்று அமர்ந்திருக்கத் தொடங்கினான் ராமலிங்கம். கழிப்பறை வாசனை ராமலிங்கத்தின் நாசியில் அருவருப்பின்றி மிதக்கத் தொடங்கியதை ஆச்சரியமாகக் கவனித்தான். கிட்டத்தட்ட ஒரு வருடத்துக்குப் பிறகு ஒருநாள் வீட்டைவிட்டு வெளியே சென்று வந்தான். சுருங்கிய கண்களை விரித்து தான் நடைபயின்ற வீதியைக் கவனித்தான். ஒரு வருடத்தில் அவனுக்கான வானம் பெரிதும் மாற்றமின்றி இருந்தது. பழகிய மனிதர்கள் பார்த்துப் புன்னகைத்தார்கள். வீட்டு வாசலில் அமர்ந்திருந்த சிலர் எழுந்துவந்து ராமலிங்கத்தின் தோள் தொட்டு நலம் விசாரித்தார்கள். சிரித்தபடி பதில் சொல்லி விலகி கால் தாங்கி நடக்கும் ராமலிங்கத்தின் முதுகுக்குப் பின்னால் படிந்த அத்தனை கண்களிலும் பரிதாபம் அப்பியிருந்தது. கடைவீதி வரை செல்வதற்குள் கால் வலி பின்னியெடுக்கத் தொடங்கியது. மூச்சிரைத்தான். பாண்டியண்ணன் கடை வாசலில் பல் கடித்து கால் பிடித்தபடி அமர்ந்தான். ராமலிங்கத்தைக் கண்டதும் முதலில் யாரோவென்று முகம் சுருக்கி கோபமான பாண்டியன் தன் தொப்பையைத் தூக்க முடியாமல் தூக்கிக்கொண்டு கடைக்குள்ளிருந்து ஓடி வந்தார். “சோடா எதுவும் குடிக்கிறியாப்பா ராமலிங்கம்...” என்றார்.

“வேணாம்னே...” தலையசைத்து மறுத்தான்.

“வீட்டுக்கு வேணும்னா வந்து விடவாப்பா... வண்டி எடுக்கவா...”.

பாண்டியனின் குரலில் இருந்த பச்சாதாபமும் இரக்க உணர்வும் ராமலிங்கத்தை வதைத்து எடுத்தது. ஒட்டுமொத்த உலகத்தின் பார்வையும் தன்மீது பரிதாபமாய் கவிழ்வதை வெறுத்தான். “வேணாம்னே... கொஞ்சம் ஒக்காந்துட்டு நானே போயிடுறேன்...” என்றான். நெஞ்சுக்குள் ஊமை அழுகை தொடர்ந்தது. திரும்பி

வீட்டுக்கு நடக்கும்போது கூடியிருந்த பதற்றத்தில் கால் வலி அதிகமானது. வெளிக்காட்டிக்கொள்ளாமல் உடம்பெங்கும் வியர்த்து வீட்டுக்கு வந்து சேர்ந்தான். இனிமேல் மற்றவர்களின் அனுதாபப் பார்வைக்குத் தான் ஆளாகிவிடக் கூடாதெனத் தீர்மானித்தவன் அதன் பிறகு வெளியில் எங்கும் புறப்படாமல் வெஸ்டர்ன் டாய்லெட்டில் அடைக்கலமானான். மலம் கழிக்கும் தேவையில்லாவிட்டாலும் சும்மா வெறுமனே அமர்ந்திருப்பது ராமலிங்கத்துக்குப் பெரும் ஆறுதலாக இருந்தது. பலவாறாக ஓடும் எண்ண ஓட்டத்தைக் கட்டுப்படுத்தாமல் மடங்கிய காலின் ஆபரேசன் தழும்பைத் தடவிக்கொண்டு அமர்ந்திருப்பான். பாத்ரூமுடன் சேர்ந்திருந்த இண்டியன் டாய்லெட்டைத்தான் எல்லோரும் பயன்படுத்தினார்கள். பரமசிவத்துக்கும் கால் மடக்குதலில் பிரச்சனை இருப்பதால் அவரும் ராமலிங்கமும் மட்டுமே வெஸ்டர்ன் டாய்லெட்டை உபயோகப்படுத்தினார்கள். அதனாலே எந்தத் தொந்தரவுமின்றி அங்கே சென்று அமர்ந்திருப்பதை ராமலிங்கம் விரும்பினான். நின்றபடி மலம் கழித்து அந்த அவமானத்துக்கும் அருவருப்புக்கும் தன்னைப் பழக்கியிருந்தவனுக்கு இந்த கழிவுநீரின் மேல் அமர்ந்திருப்பது எவ்வித முகச்சுளிப்பையும் கொடுக்கவில்லை. மாறாக நிம்மதியைத் தந்தது.

கட்டிலிலிருந்து நீக்கப்பட்ட மெத்தையை ராமலிங்கம் நடக்கத் தொடங்கியதும் கட்டிலோடு சேர்த்துப் போட்டாள் கமலா. சுவரை ஒட்டி கமலா படுத்துக்கொண்டாள். வழக்கம்போல் பரமசிவத்தோடு படுத்துக்கொண்டான் அகிலன். இரவின் நடுவில் எழுந்து சிறுநீர் கழிக்கச் செல்வதால் ராமலிங்கம் கட்டில் ஓரமாய் படுத்துக்கொண்டான். ஒரே கட்டிலில் அருகருகே படுத்திருந்தாலும் கமலாவின் கையோ புடவையோ ராமலிங்கத்தைத் தீண்டிவிடாமல் சர்வ ஜாக்கிரதையாகப் பார்த்துக்கொண்டாள். புரண்டு ஒருக்களித்துப் படுக்கும்போதெல்லாம் சின்னதாய் ஒரு வலி காலில் வந்து போவதால் கூடுமானவரையிலும் மல்லாந்துதான் படுத்திருந்தான் ராமலிங்கம்.

ஒருநாள் இரவு மிகச் சிரமப்பட்டு கமலாவின் பக்கம் திரும்பி ஒருக்களித்துப் படுத்தான். கமலாவின் கழுத்துப் பகுதியில்

ராமலிங்கத்தின் நாசி படிந்தது. கமலாவின் சீரான மூச்சில் அவளின் மார்புகள் ஏறித் தாழ்ந்துகொண்டிருந்தன. அவளின் காது நுனி மீது தன் உதடு பதித்து முத்தம் கொடுத்தவன் கட்டிலிலிருந்து எழுந்தான். இறங்கி ஹாலினைக் கடந்து கொல்லைப்புறம் சென்று பாத்ரூம் லைட்டைப் போட்டான். சிறுநீர் கழித்துவிட்டு வந்தவன் இரவு விளக்கின் நீல வெளிச்சத்தில் அதே நிலையில் கொஞ்சம்கூட மாறாமல் தூங்கிக்கொண்டிருக்கும் கமலாவைப் பார்த்தான். தூங்குகிறாளா தூங்குவதுபோல் நடிக்கிறாளா என்று யோசிக்க வைக்கும்படியாய் தூங்கிக்கொண்டிருந்தாள் கமலா. கட்டிலில் சிறிது நேரம் அமர்ந்தவன் உட்கார்ந்த வாக்கிலேயே கமலாவின் மார்பின் மீது கை வைத்தான். அவளின் இடுப்பின் மீது கையை இறக்கி கட்டிலில் சரிந்து தலையணையில் தலை வைத்தவன் அவளைத் தன் பக்கம் இழுத்தான். கமலாவும் திரும்பிப் படுத்து அவனை அணைத்தாள். அவள் கழுத்தை முகர்ந்துகொண்டே அவள் மீது ஏறிப் படுப்பதற்காகத் தன் இடது காலை உயர்த்தியவனின் மூளையில் மின்னலென வலி தாக்கியது.

சுருக் என்று ஊசி குத்தியது போல் வலி தொடங்கி தொடர்ந்து கொஞ்சம் கொஞ்சமாக பெருக சட்டென்று விலகினான். காமம் தன்னைச் சுருக்கிக்கொண்டு தளர்ந்தது. புரிந்துகொண்ட கமலாவும் அணைத்துப் பிடித்திருந்த அவனைவிட்டு விலகினாள். சுவரோரம் திரும்பிப் படுத்தாள். வலிக்கும் காலை நீவிவிடுவதற்காக கட்டிலில் எழுந்து அமர்ந்தான் ராமலிங்கம். கமலா எழுந்து ஆறுதலாய் பேசி தன் காலினைத் தடவிக்கொடுத்தால் நன்றாக இருக்கும் என மனதில் ஓடியது. கால்வலி கொஞ்சம் கொஞ்சமாக விலகியது. மல்லாந்து படுத்தவன் கைகளால் தேடி கமலாவைத் தொட்டான். உடம்பைத் திருப்பாமல் முகத்தை மட்டும் அவன் பக்கம் திருப்பி, “சும்மா படுங்க… அதான் வலிக்குதுல்ல…” என்றாள். சுவரின் மேலே ஒளிர்ந்துகொண்டிருந்த சிறு நீல வெளிச்சம் அறை முழுதும் பரவி ராமலிங்கத்தை மூடத் தொடங்கியது. காலிலிருந்து வலி மெதுவாக மேலேறி இதயம் கடந்து இமைகளுக்குள் வந்து அமர்ந்தது. விடிய விடிய தன் வலியை அடைகாத்தான் ராமலிங்கம். மறுநாள் படுக்கும் முன்பே

கமலாவிடம் தூக்க மாத்திரை கேட்டான். முதலில் அந்தக் கட்டில் உறுத்தத் தொடங்கி பின்பு அவன் இமை மூடினால் கண்களுக்குள் தூக்கமும் உறுத்தத் தொடங்கியது. தூக்கமின்றி எழுவதும் பாத்ரூம் செல்வதும் பின்பு வந்து படுப்பதுமாய் அவன் இரவுகள் மொத்தமாய் தொலைந்துபோயின. அதன் பிறகான நாட்களில் கமலா ஒரு தூக்க மாத்திரை அட்டையை ராமலிங்கத்திடம் தந்து தேவைப்படும்போது அவனையே போட்டுக்கொள்ளச் சொன்னாள். தூக்கம் குறையக்குறைய ராமலிங்கம் சாப்பிடும் மாத்திரைகளின் எண்ணிக்கை அதிகமானது. நான்கு மாத்திரைகளை ஒன்றாகப் போட்டுத் தூங்கிய இரவு கண்ட கனவில் கமலாவின் கழுத்தை நெரித்துக் கொன்றான் ராமலிங்கம்.

5

வீட்டில் உள்ளவர்கள் வெளியில் சென்றுவிட பரமசிவமும் ராமலிங்கமும் தனித்து விடப்பட்ட வீடு வெறிச்சோடி இருந்தது. புண்ணியகோடி இறந்து ஒரு வருடம் ஆகிவிட்டபடியால் பரந்தாமனுக்குத் திருமணம் செய்ய ஏற்பாடானது. வெளியில் பரமசிவம் அதிகம் புறப்படாத காரணத்தால் தென்னந்தோப்பின் வரவு செலவுகளைப் பரந்தாமன்தான் பார்த்துக்கொண்டான். சாவு விழுந்த தோப்பு என்பதால் பரமசிவத்தின் தோப்பிலிருந்து கள் வாங்க பக்கத்துக் கடைகளில் யோசிக்கத் தொடங்கினார்கள். பாளை சீவிவிடாத பல மரங்கள் பட்டுப்போகத் தொடங்கின. அதனால் வரவும் குறைந்து செலவும் இல்லாமல் போனது. வீட்டில் ஒரு பெண் இருந்து உலாவும் வரம் தள்ளிப்போன பரமசிவத்தின் வீட்டுக்குள் பனங்குடி கிராமத்திலிருந்து தூரத்துச் சொந்தமாய் பரந்தாமனின் மனைவியாய் தலை குனிந்து தாலி வாங்கிக்கொண்ட உலகநாயகி தன் வலதுகாலை எடுத்துவைத்து உள்ளே நுழைந்தாள்.

பத்தாம் வகுப்போடு படிப்பை நிறுத்திவிட்டு வீட்டு வேலைகளைக் கவனித்துக்கொண்டிருந்த உலகநாயகி தன் மருண்ட கண்களால் புகுந்த வீட்டை அளந்தாள். புண்ணியகோடியின் புகைப்படம் பார்த்துக் கும்பிட்டாள். வீட்டில் இருந்த அனைவருக்கும் தன் கையால் காபி

போட்டுக் கொடுத்துச் சிரித்துப் பேசினாள். குவிந்து சிவந்த உதடுகளில் வரிவரியாய் ரேகைகள் ரத்தமாய் ஒளிர்ந்தன. திருமணம் பெண் வீட்டில் நடந்தது. தூரம் என்பதாலும் வேனில் ஏறி இறங்கச் சிரமம் என்பதாலும் ராமலிங்கத்தை வீட்டிலேயே விட்டுவிட்டுத்தான் திருமணத்துக்குச் சென்றார்கள். ராமலிங்கமும் அதை விரும்பினான். செல்லும் இடத்தில் தனக்கான வசதிகளை எதிர்பார்க்க முடியாது என்று தெரிந்து வீட்டிலேயே தங்கிவிட்டான். திருமணத்தில் பார்க்காத ராமலிங்கத்தை அறைக்குள் பார்த்துக் குவிந்த உலகநாயகியின் கைகளில் மருதாணி அச்சு பளிச்சென்று வெளிச்சம் வீசியது.

ஆண்கள் நிறைந்த வீட்டில் தனி ராணியாய் வலம் வந்தாள் உலகநாயகி. அவள் வைக்கும் மீன் குழம்பு வாசனை வீட்டு வாசல் தாண்டி பக்கத்து வீட்டு சமயலறைக்குச் சென்று பொறாமைத் தீயை விசிறியது. நயினார் குப்பத்துத் தெருவாசிகள் உலகநாயகியை வியந்து பார்த்தார்கள். பல நாட்களுக்குப் பிறகு கொஞ்சம் அதிகமாகவே சாப்பிடத் தொடங்கினார் பரமசிவம். ராமலிங்கத்தின் அறைக்குச் சென்று சாப்பாடு பரிமாறினாள். கட்டிலில் அமர்ந்தபடி டேபிளில் சாப்பாட்டுத் தட்டை வைத்துச் சாப்பிட்டான் ராமலிங்கம். உலகநாயகியின் உச்சி வகிட்டின் குங்குமத் தீற்றலைப் பார்த்துக்கொண்டே சாப்பிட்டு முடித்தான். அந்த வீட்டில் மட்டுமல்ல; தெருவுக்கே புதிதாய் ஒரு வாசனையையும் வெளிச்சத்தையும் வீசியிருந்தாள் உலகநாயகி.

மிகச் சந்தோசமானான் பரந்தாமன். கறுப்பாய் இருந்தாலும் திருத்தமானவன். கொஞ்சம் தொப்பை இருக்கும்; அதுவும் உறுத்தாத அளவில். அடர்ந்த மீசையும் பளிச் சிரிப்புமாய் வளரும் காலத்திலேயே பெண்கள் மத்தியில் நயினார் குப்பம் விஜயகாந்தாக வலம் வந்தவன். கன்னத்தில் வழித்து திருஷ்டி கழிக்கும்படி இருவரும் ஜோடியாய் ஊரை வலம் வந்தார்கள். பரந்தாமனும் உலகநாயகியும் சந்தோசச் சிரிப்புடன் வலம் வந்துகொண்டிருந்த வீட்டில் அதிகம் தங்காமல் வெளியே செல்ல ஆரம்பித்தான் ராமலிங்கம். அடங்கிக் கிடந்த கால்கள் இதுதான் சாக்கென்று வெளிக்காற்றின் தழுவலை விரும்பின. கணவனின் மனப் பதற்றத்தைத் தன் கவனத்துக்கு வராமல்

பார்த்துக்கொண்ட கமலா அவள் உலகத்தில் இயங்கிக் கொண்டிருந்தாள். உலகநாயகியின் மீது இருக்கும் பொறாமையை எல்லாம் வீட்டோடு இருந்து சமைத்துப்போடும் ஒருத்தியைப் பார்ப்பது போலவே பார்த்துக்கொண்டிருந்தாள். தன் கைவசம் கிடைத்திருக்கும் அதீத சுதந்திரத்தினாலோ என்னவோ கமலாவுக்கு எவர் மீதும் பொறாமையோ வெறுப்போ தோன்றவே இல்லை.

ஞாயிறுகளில் இரு மருமகள்களும் பேசிக்கொண்டே மீன், கறி சமைத்துப் பரிமாறுவதை வெகு நாட்களுக்குப் பிறகு தனக்குள் கண்டெடுத்த மகிழ்ச்சியுடன் பார்த்துக் கொண்டிருந்தார் பரமசிவம். உலகநாயகி எல்லோர் மீதும் சமமான அன்பை செலுத்திக்கொண்டிருந்தது கமலாவுக்குப் பெரிதாய் உறுத்தவில்லை. பரமசிவத்துக்கு ராமலிங்கம் குறித்த கவலை மட்டும் ஓரமாய் இருந்தது. மற்றபடி அவரும் பேரனோடு விளையாடத் தொடங்கிவிட்டார். அவரவர் அவரவர் இருப்பில் இருக்க தூக்கம் தொலைத்த ராமலிங்கம் மட்டும் தனி உலகில் இருந்தான். எவரும் நுழைய முடியாத நுழைய அனுமதிக்காத உலகம்.

“அத்தான் ஏங்க்கா வீட்லையே தங்க மாட்றாரு... நான் வந்த இந்த நாள்ல அவர் வீட்டுல இருந்ததே ரொம்பக் குறைவு. உங்க கொழுந்தனாருகிட்ட கேட்டா அண்ணன் எப்பவும் அப்டித்தான்னு சொல்றாங்க... நெஜமாவா...” அரிவாள்மனையில் கத்திரிக்காய் அரிந்துகொண்டே உலகநாயகி கேட்டாள்.

“ம்ம்ம்... நான் என்னத்த கண்டேன்... நீ இப்போ வந்துட்டு இதச் சொல்ற... நான் கல்யாணம் முடிஞ்சி வந்த நாள்லேர்ந்து அவர் வீட்ல அதிகம் தங்கிப் பாத்ததில்லடியம்மா... சினிமா காட்சின்னு போனதெல்லாம் காலண்டர்ல குறிச்சி வைக்கலாம்... காலைலையும் சாயங்காலமும் தோப்புக்குப் போனா வர்றதுங்குறது சாப்பாட்டுக்காதான் இருக்கும். இப்போ அடிபட்டு வருசக்கணக்குல ரூமுக்குள்ளையே அடபட்டு கெடந்தாங்கள்ல...அதான் கொஞ்சம் காலு சரியானதும் தெனவுகொண்டு திரியிறாங்க... போகட்டும் போகட்டும் பசிச்சா இங்கதான வரணும்...” கமலாவின் குரலில் புன்னகை அர்த்தத்துடன் நெளிந்து மறைந்தது.

“அதுக்கில்ல... இந்த கறி சூப்பு குடிச்சா கால் எலும்புக்கு நல்லதும்பாங்க... என் தம்பிக்கி அடிபட்டு கால்ல கட்டுப்போட்டு கெடந்தப்போ வாரத்துல நாலு நாளு கறி சூப்பு வச்சி குடுப்போம்... அதுக்குதான் கேட்டேன்க்கா...”

“சரி சரி... இந்தா இந்த சூப்ப சூடு ஆறுறதுக்குள்ள வாசல்ல இருக்குற மாமாகிட்ட குடுத்துட்டு வா... நான் கொஞ்சம் வெங்காயத்த ஆஞ்சி வக்கிறேன்...” உலகநாயகி டம்ளரை எடுத்துக்கொண்டு பரமசிவத்திடம் தந்துவிட்டு வந்தாள்.

“சின்னாச்சி... உன் புருசன் எங்கம்மா காணும்... லீவு நாள்ல கூட வீடு தங்கக் கூடாதா...”

“யாரோ ஃப்ரெண்ட பாத்துட்டு வரேன்னு போனாருங்க மாமா...”

உள்ளே வந்த உலகநாயகி வெங்காயம் உரித்துக்கொண்டிருந்த கமலாவிடம் கிசுகிசுப்பாக, “அது என்னக்கா உங்கள பெரியாச்சின் னும் என்ன சின்னாச்சின்னும் மாமா கூப்புடுறாங்க... இந்தப் பக்கம்லாம் மருமகளுகள ஆச்சின்னுதான் கூப்புடுவாங்களா...”

“அய்யே... அதெல்லாம் இல்ல... சாமி ரூமுல பாக்கலியா நீயி... ஒரு சின்னக் கொழந்த போட்டோக்கு பொட்டு வச்சி மாலை போட்ருக்குல்ல...”

“ஆமா... வீட்டுத்தெய்வம்னு மாமா சொன்னாங்களே...”

“வீட்டுத்தெய்வம்னா புதுசா மொளச்சிடுமா... உங்க அத்தான் ஒண்ணும் வீட்டுக்கு மூத்தவர் இல்ல... அவருக்கு மூத்தவங்க ஒரு அக்கா... உஷான்னு பேராம். நம்ம நாத்தனாரு பேரு உஷாடி...” கமலாவின் கண்களில் குறும்புச் சிரிப்பு வெங்காய வாசனையுடன் நகர்ந்து சென்றது.

“அஞ்சி வயசுல பெரியம்ம வந்து செத்துட்டாங்களாம் அந்த உஷா. அவங்கள ஆச்சின்னுதான் மாமா கூப்புடுவாராம். அதனால வீட்டுக்கு வந்த மருமகளுங்கள மகளா நெனச்சி கூப்புட்டுட்டுருக்காரு...”

“சின்ன கொழுந்தனாரு மரத்துல தொங்கினதா அவங்க சொன்னாங்க... அப்பிடி சுருக்கு போட்டுக்குற அளவு என்ன

பிரச்சனக்கா... ஏதும் லவ்வுல மாட்டிக்கிட்டாரா... மாமா சத்தம் போட்டாரா... இவங்ககிட்ட கேட்டதுக்கு என்னன்னே தெரியலைங்கிறாங்க... வீட்டுல உள்ளவங்களுக்குக் கூடவா தெரியல...” ரொம்ப நாட்களாக மனதுக்குள் யோசித்து வைத்ததை தயக்கமாகக் கேட்டு முடித்தாள் உலகநாயகி. குடத்திலிருந்து தண்ணீர் மொண்டு குடித்தாள் கமலா. தண்ணீர் சிதறி கழுத்தில் வழிந்து புடவையை நனைத்தது.

“சின்னது ரொம்ப கூச்ச சுபாவம் நாயகி. வீட்ல யார்கிட்டவும் பேசாது... அது பத்து வயசு இருக்குறப்பதான் அத்த செத்துப்போனாங்களாம்... அந்த ஏக்கமோ என்னமோ யார்கிட்டவும் எதுவும் பேசாது...பசிச்சா கூட வாய் தெறந்து கேக்காதுன்னா பாரேன்...அண்ணின்னா அவ்ளோ மரியாத குடுக்கும்... பாவம் என்ன பிரச்சனையோ இப்பிடி ஒரு முடிவு எடுத்துடுச்சி...” லேசாகக் கண் கலங்கியது கமலாவுக்கு.

வாசலிலிருந்து பரமசிவத்தின் குரல் கேட்டது. “சின்னாச்சி... இந்த டம்ளர எடுத்துட்டுப் போ... தம்பி வந்துருக்கான் பாரு.... அவனுக்கும் கறித்தண்ணி குடும்மா...”

மதியம் போல் ராமலிங்கம் வீட்டுக்கு வந்ததும் சட்டென்று ஒரு அமைதி சூழ்ந்தது. அது தாடியும் மீசையுமாக அவன் தோற்றம் ஏற்படுத்தும் அச்சமோ குடும்பத்துக்கு மூத்தவர் என்ற மரியாதையோ... ஆனால் ராமலிங்கத்தின் வருகை என்பது அந்த வீட்டின் கலகலப்பான சூழலை சற்றே இன்னொரு நிறத்துக்கு மாற்றியது மறுக்க முடியாத உண்மை. இவ்வளவுக்கும் ராமலிங்கமும் எவருடனும் ஒட்டாமல் வீட்டில் தனித்துதான் அலைந்துகொண்டிருந்தான்.

கால் வலி குறைந்திருந்தாலும் கமலாவுடன் உடல் ரீதியாக கூடுவதற்கு சின்னதாய் ஒரு தயக்கமிருந்தது ராமலிங்கத்துக்குள். கமலா அந்த விஷயத்தில் ஆர்வமில்லாமல் இருக்கிறாளா தன் உடல்நிலையை மனதில் கொண்டு தள்ளி இருக்கிறாளா என்ற குழப்பத்தில் இருந்தான். முன்பெல்லாம் கிளினிக்கிலிருந்து வேலை முடிந்து வரும் கமலாவின் உடம்பில் டெட்டால் பினாயில் கலந்த மருத்துவ வாடை வீசும். அதனாலே சாப்பிடும் முன் குளிப்பாள். தன் அருகில் வந்து படுக்கும் கமலாவின்

உடம்பில் இரவு பத்து மணிக்குப் புறப்படும் சந்திரிகா சோப்பின் மணமே மனரீதியாக ராமலிங்கத்தை உறவுக்குத் தயாராக்கும். ஆனால் அந்தச் சம்பவம் நடந்த நாட்களுக்குப் பின் கமலா குளிக்காமல் படுப்பதை யோசித்தான் ராமலிங்கம். தன் அருகில் படுத்திருக்கும் கமலாவின் உடம்பில் மிதக்கும் மருந்து மாத்திரைகளின் நெடி அவனுடைய ஆஸ்பத்திரி நாட்களை ஞாபகப்படுத்தி மனதளவில் அவனைச் சுருக்கிவிடும்.

அன்று இரவு சாப்பிட்டுவிட்டு முன்பே படுத்துவிட்டான் ராமலிங்கம். பல மாதங்களாக காணாத உடல்சுகம் அவன் மூளைக்குள் சின்னப்புள்ளியாகி வளர்ந்து சிறிய வளையமாகி சற்றே பெரிய வட்டமாகி அவனைச் சிக்க வைத்துக்கொண்டிருந்தது. கால் மாற்றி கால் மாற்றி படுத்தான். கமலா படுக்கைக்கு வருவதற்கு மிகத் தாமதமாகிவிட்டது. 'உஸ்ஸ்ஸ்ஸ்...' என்ற பெருமூச்சுடன் வந்து அருகில் அமர்ந்த கமலாவிடம், "ஏன் இவ்ளோ லேட்டு?" என்றான். நிமிர்ந்து அறைக்கதவு தாழிடப்பட்டிருக்கிறதா என்று கவனித்தவள் எழுந்து லைட்டை அணைத்துவிட்டு இரவு விளக்கை எரியவிட்டு அவன் அருகில் வந்து மல்லாந்து படுத்தாள். அவன் பக்கம் திரும்பாமலே, "எவ்ளோ நாளைக்கிதாங்க இப்படியே இருக்கப்போறீங்க..." என்றாள்.

அவள் பக்கமாய் ஒருக்களித்துப் படுத்தவன் அவள் இடுப்பில் கைவைத்து அணைத்துக்கொண்டு "ஏன் என்னாச்சு?" என்றான்.

அவன் கையை தன் இடுப்பிலிருந்து எடுத்து விட்டபடி, "மரம்தான் ஏற முடியாதுன்னு ஆகிப்போச்சு... எங்காவது ஒக்காந்து கணக்கு எழுதுற மாதிரி வேல இருந்தா பாக்கலாம்ல... உங்க தம்பி சம்பாத்தியம்னு ஒண்ணு இந்த வீட்டுல இருக்கு. என் சம்பாத்தியம்லாம் ஒரு கணக்கா... மாமா வீட்டுக்குத் தர்ற காசுலதான் வரவு செலவு பாக்க வேண்டியிருக்கு... சம்பாரிக்காத புருசன வச்சிகிட்டு இந்த வீட்டுல யார் மூஞ்சையும் ஏறெடுத்துப் பாக்க முடியாம இருக்கேன். மூத்த மருமகங்கிற மரியாதைலாம் காசு பணம் சம்பாரிச்சாதாங்க... உங்க தம்பிகிட்ட சொல்லியாவது எங்கையாவது ஒரு வேலய பாருங்க... நானும் எங்கையாவது விசாரிச்சி பாக்குறேன்..."

சொல்லிவிட்டு ராமலிங்கத்துக்கு முதுகு காட்டியபடி திரும்பிப் படுத்தாள்.

இயலாமையிலும் கோபத்திலும் ராமலிங்கம் பெருமூச்சு விட்டான். நெற்றியில் ஒரு நரம்பு புரண்டு படுத்தது. சுற்றிக்கொண்டிருந்த ஃபேனையும் தாண்டி வியர்த்தது. தான் சம்பாரிக்காவிட்டால் இந்த வீடு வறுமையில் கஷ்டப்படாது என்று ராமலிங்கத்துக்கு தெரியும். ஆனால் இங்கு சம்பாத்தியம் என்பது ஒருவித கௌரவம், மற்றவர்கள் முன் தலை நிமிரச் செய்யும் கருவி என்று உள்ளுக்குள் ஓடியது. காமத்துக்கான அங்கீகாரம் என்பதையும் பணமே தீர்மானிக்கிறது என்பது கசப்பாய் அவனுக்குள் இறங்கியது. இரவு நகர்ந்து கொண்டிருந்தது. கமலாவிடமிருந்து மெலிதான குறட்டைச் சத்தம் கேட்டது. ராமலிங்கத்தின் கண்களில் இருள் நிரம்பவில்லை. அடிவயிற்றில் சின்னதாய் வலி தோன்றி மறைந்தது. புரண்டு புரண்டு படுத்துக் கொண்டிருந்தவனை தூக்கம் லேசாக கண்ணைச் சுரண்டியபோது அந்தச் சத்தம் கேட்டது. வெளியில் யாரோ நடமாடும் சத்தம். தோப்பில் மிச்சமுள்ள மரங்களில் கள் இறக்க கூலிக்கு ஆள் போட்டிருந்தார்கள். அவர்கள் சரியான நேரத்துக்கு வருகிறார்களா வேலை நடக்கிறதா என்று பார்க்கும் பொறுப்பு பரந்தாமனிடம் வந்து சேர்ந்திருந்தது. அவனும் விடியும் முன்னால் எழுந்து தோப்புக்குச் சென்று கள் இறக்கி முடித்ததும் வீட்டுக்கு வந்து குளித்து வொர்க்ஷாப்புக்குப் புறப்பட்டுப் போவான். இது வழக்கமாய் நடப்பதுதான். பரந்தாமன் பைக்கை ஸ்டார்ட் செய்யும் சத்தத்தைக் கேட்டபடி படுத்திருந்த ராமலிங்கம் சிறிது நேரம் கழித்து வீட்டுக்குள் யாரோ நடமாடும் அசைவை உணர்ந்தான். கட்டிலிலிருந்து எழுந்து அமர்ந்தான். மார்பின் மீது ஒரு கையும் வயிற்றின் மீது இன்னொரு கையும் வைத்தபடி லேசாக வாய் பிளந்து கமலா தூங்கிக் கொண்டிருந்தது இரவு விளக்கின் நீலத்தில் தெரிந்தது. கட்டிலை விட்டு இறங்கினான். இரவு விளக்கின் வெளிச்சத்திலேயே பார்வையைக் கூர்மைப்படுத்திக்கொண்டு சத்தமின்றி கதவைத் திறந்தான்.

திறந்து வெளியே வந்தவன் ஹால் முழுதும் நிரம்பியிருந்த இருட்டைக் கவனித்தான். பரந்தாமனின் அறைக்கதவு

திறந்திருந்தது. கொல்லைப்புறத்தில் பாத்ரூமில் வெளிச்சம் தெரிந்தது. வாசல் திண்ணையிலிருந்து பரமசிவத்தின் குறட்டைச் சத்தம் கேட்டது. பாத்ரூம் கதவு மூடப்படும் சத்தமும் தொடர்ந்து தண்ணீர் வாளியில் ஊற்றும் சத்தமும் கேட்டது. பாத்ரூமை நோக்கி நடந்தான். வேட்டியை மடித்துக் கட்டினான். ராமலிங்கத்தின் உடைந்த காலின் மயிர்கள் சிலிர்த்து நின்றன. வெஸ்டர்ன் டாய்லெட் கட்டும்போது பாத்ரூம் கதவையும் கொஞ்சம் வேலை செய்திருந்தார்கள். கதவில் சிறிய துளை உருவாகியிருந்ததை வீட்டில் யாரும் பெரிதாய் கவனிக்கவில்லை. ராமலிங்கம் கவனித்திருந்தான். பாத்ரூம் உள்ளே எரிந்த பல்பின் வெளிச்சம் கதவு தாண்டி வெளியே விழுந்திருந்தது. இதயம் திடும் திடும் என அதிர்ந்தது அவன் காதுக்குள் துல்லியமாய் கேட்டது. தான் செய்யப்போகும் அசிங்கத்தின் விளைவு புரிந்து மனசுக்குள் பயந்தான். ஆனாலும் கால் அனிச்சையாக அவனை அங்கு அழைத்துச் சென்றது. கதவு ஓரமாய் ராமலிங்கம் நின்றிருந்த இடத்தில் இருட்டு அவன் அளவுக்குப் பரவியிருந்தது. அவன் நின்றிருந்த இடத்தில் பார்த்தால் கொல்லைப்புற கதவு திறந்து நீளமான ஹால் தெரிந்தது. வாசல் கதவு தாழ்ப்பாள் போடாமல் வெறுமனே மூடியிருந்தது. இப்போதைக்கு பரமசிவம் எழுந்து வரமாட்டார் என்று நம்பினான். தான் செய்யப்போகும் காரியத்தின் விபரீதம் முழுதும் தெரிந்திருந்தும் ராமலிங்கத்தின் மனம் அந்த நேரத்துக்கு எதையும் யோசிக்காமல் இருக்க விரும்பியது. ஒருமுறை எச்சில் விழுங்கிக்கொண்டான்.

கதவில் கண் பதித்தான் ராமலிங்கம். கைகளை சுவரிலோ பாத்ரூம் கதவிலோ வைப்பதைத் தவிர்த்து தன் தொடைகளில் வைத்து அழுத்தித் தாங்கினான். உடைந்த காலில் வலி வந்து போனது. கதவின் விரிசலுக்கு அப்பால் உலகநாயகி நின்றிருந்தாள். புடவையை அவிழ்த்து பாத்ரூம் கம்பியில் மாட்டியிருந்தாள். ஜாக்கெட்டின் கொக்கியில் கை வைத்து அவிழ்த்துக்கொண்டிருந்தாள் உலகநாயகி. ராமலிங்கத்தின் குறியில் சூடாய் பாய்ந்தது ரத்தம். விரைப்பை பிடித்து கையால் அழுத்தினான். மார்பு வரை பாவாடையை உயர்த்திக் கட்டுவதற்கு முன்னால் உலகநாயகி முலைகளின்

முழுமையை கண்கள் விரிய பார்த்தான். கோவில் சுவரில் செதுக்கப்பட்டிருக்கும் சிலைகள் ஞாபகத்துக்கு வந்தன. இடது முலையில் பளிச்செனத் தெரிந்தது மச்சமா காம்பின் முனையா எனத் தெளிவடைவதற்குள் பாவாடையால் மறைத்திருந்தாள். கண்களை மேலிருந்து கீழே இறக்கினான். தலையில் தண்ணீர் ஊற்றியதில் மெல்லிய பாவாடை உலகநாயகி உடம்போடு உடம்பாய் அச்சாய் ஒட்டியிருந்தது. சிறிது மேடான வயிறும் தொப்புளும் நனைந்த துணி மீறி பளிச்சென்று தெரிந்தன. பாவாடையை உயர்த்தி சோப்பு போடத் தொடங்கினாள் உலகநாயகி. ராமலிங்கத்தின் கண்கள் விரிசலில் விழுந்து மேலும் கீழுமாய் அலைபாய்ந்தன. சோப்பு போட குனிந்திருந்த உலகநாயகியின் மார்பின் மீது இறுக்கியிருந்த பாவாடை மீறி அவள் மார்பின் மிச்ச சதை பிதுங்கித் தெரிந்தது. சோப்பு போட்டு குளித்து துவட்டி முடிப்பதற்குள் இரண்டு முறை சுய இன்பம் செய்து முடித்திருந்தான் ராமலிங்கம். எலும்பு உடைந்த காலின் விரல்களிலும் இடுக்கிலும் தரையிலும் சிதறியிருந்தது சுக்கிலப் பிசுபிசுப்பு.

6

மறு நாளிலிருந்து அதிகம் வீட்டில் தங்குவதை வெறுத்தான் ராமலிங்கம். அவனுக்கு உலகநாயகி சாப்பாடு பரிமாறும்போதெல்லாம் ஊமையாய் ஒரு பதற்றம் உள்ளுக்குள் வந்துபோனது. பரந்தாமனின் முகத்தை ஏறிட்டுப் பார்க்க அஞ்சினான். வீட்டிலிருந்து உடைந்த கால் போன போக்கில் நடக்க ஆரம்பித்தால் எங்கு நிழல் தென்படுகிறதோ அங்கே அமர்ந்து சுற்றுமுற்றும் பார்ப்பான். மூச்சிலிருந்து வீசும் வெப்பத்தைக் கவனிக்கத் தொடங்கினால் அவனையும் அறியாமல் உடல் நடுக்கம் ஏற்படும். குற்ற உணர்வு மட்டுமே முழுமையாக அவனை ஆக்ரமிக்க சக மனிதர்களின் முகங்களை நிமிர்ந்து பார்க்கக் கூசினான். பசி எடுத்தால் பாக்கெட்டில் இருக்கும் பணத்துக்குப் பக்கத்தில் தென்படும் கடைகளில் கடலை மிட்டாயும் வாழைப்பழமும் வாங்கிச் சாப்பிடுவான். வெயில் தாழும்வரை அங்கே இருந்துவிட்டு அதன் பின்பு வீட்டுக்குக் கிளம்பி வருவான். முதல்நாள் காணாமல் போனபோது வீட்டினுள் இருந்தவர்களுக்கு ஏற்பட்ட பதற்றம் தொடர்ச்சியாக நடக்கவே பழகிப்போயிற்று. ராமலிங்கத்தின் போக்குக்கு அவனை விட்டுவிட்டார்கள். அவன் மனதின் தவிப்பையும் தேடலையும் என்னவென்று

கேட்டுத் தெரிந்துகொள்ள அங்கு யாருக்கும் நேரமின்றிப் போயிற்று. ராமலிங்கத்தின் மனநிலையை ஓரளவு பரமசிவத்தால் மட்டுமே உணரமுடிந்தது. ஹேங்கரில் தொங்கும் ராமலிங்கத்தின் சட்டைப் பாக்கெட்டில் தினமும் காலையில் பணம் குறையாமல் பார்த்துக்கொண்டார். ராமலிங்கமும் அதைத் தெரிந்து ஏற்றுக்கொண்டான். அந்தப் பணம் அவனுக்குத் தேவையாகவும் இருந்தது. பணம் மட்டுமே அவனுக்கான அப்போதைய தேவையில்லை என்பதை யாரும் உணராமல் போனது வேதனை. சாயங்காலம் வீட்டுக்கு வந்தாலும் வீட்டுக்குள்ளே போகாமல் வாசலிலேயே அமர்ந்திருப்பான். வீட்டு வாசலிலே நின்றிருக்கும் போஸ்ட் லாம்ப்பிலிருந்து சிதறிய வெள்ளை வெளிச்சம் அவன் முகத்தில் பட்டும் படாமல் பூசியிருக்கும். கிளினிக் முடிந்து 8 மணிக்குதான் வீட்டுக்கு வருவாள் கமலா. அவள் வரும்வரையிலும் வீட்டு வாசலிலே அமர்ந்திருப்பான் ராமலிங்கம். யாரிடமும் எந்தப் பேச்சும் இருக்காது. அவன் அருகில் அமர்ந்திருக்கும் பரமசிவத்தின் மடியில் அமர்ந்தபடி கதை கேட்டுக்கொண்டிருப்பான் அகிலன். ஏழு மணி போல் உலகநாயகி வந்து பரமசிவத்துக்கும் ராமலிங்கத்துக்கும் காபி தந்து போவாள். கமலா வந்ததும் அறைக்குள் வந்து அமர்வான். அப்போதும் அதே மௌனம் தொடரும்.

உலகநாயகிக்கு ராமலிங்கத்தின் மேல் மரியாதை இருந்தது. அதுவுமல்லாமல் பரந்தாமன் அவளிடம் புண்ணியகோடியின் தற்கொலையும் அப்போது நடந்த ராமலிங்கத்தின் விபத்தினையும் பற்றிக் கூறியிருந்தான். இரண்டாவது ராமலிங்கத்தின் உருவ சாயல் அவள் தந்தையை அவளுக்கு ஞாபகப்படுத்தியது. அதனாலே ராமலிங்கம் வீட்டில் இருக்கும் சமயங்களில் சாப்பாடு போடுவதும் காபி போட்டுத் தருவது மட்டும் தன் கடமை என இருந்தாள். மரியாதையும் பரிதாபமும் கலந்திருந்த உலகநாயகியின் கண்களை எதிர்கொள்ள ராமலிங்கம்தான் கொஞ்சம் திணறிப்போனான். வீட்டுக்குள்ளே நடமாடும் கால்களின் கொலுசின் ‘சிலிங் சிலிங்’ சத்தம் கட்டிலில் படுத்திருக்கும் ராமலிங்கத்தின் காதுக்குள் விழுந்து அவனை எழுப்பிக்கொண்டே இருந்தன. பரந்தாமனும் கமலாவும் வீட்டில் இருக்கும் நேரமே குறைவு. இரவு வீட்டுக்கு வரும்

கமலா பெரும்பாலும் ராமலிங்கத்திடம் பேசுவதே இல்லை. அவனின் அமைதி அங்குள்ளவர்களுக்கு ஒருவித வசதியைத்தான் தந்திருந்தது. அவனை விட்டும் எல்லோரும் விலகியிருந்தனர். அல்லது அவர்களை விட்டு அவன் விலகியிருந்தான். பணம் சம்பாரிக்க வக்கில்லாத மூத்த ஆணாய் அந்தக் குடும்பத்தில் எந்தத் தேவையுமில்லாமல் அவன் இருப்பதை தினம் தினம் ஞாபகப்படுத்திக்கொண்டிருந்தார்கள் அந்த வீடும் வீட்டு மனிதர்களும்.

உலகநாயகி கருவுற்றாள். நாள் தள்ளிப்போனதை வொர்க்ஷாப்பிலிருந்து வேலை முடித்து வந்த பரந்தாமனிடம்தான் முதலில் சொன்னாள். ஆறு மணிக்கு மேல் வீட்டுக்கு வந்த கமலாவிடம் விஷயத்தைச் சொன்னதும் சந்தோஷத்தில் உலகநாயகியின் கன்னம் தடவி திருஷ்டி கழித்தாள் கமலா. பரந்தாமனும் உலகநாயகியும் டாக்டரைச் சென்று பார்த்து வந்தார்கள். மூன்று மாத கருவின் வளர்ச்சி ஆரோக்யமாய் இருந்தது. வீட்டுக்கு வரும்போதே உமா ஸ்வீட்ஸில் மைசூர்பாகு வாங்கி வந்தான் பரந்தாமன். இரவு சாப்பிடும்போது தன் தட்டில் இருந்த மைசூர்பாகுவைப் பார்த்த ராமலிங்கத்திடம் கமலா, “உங்க தம்பி பொண்டாட்டி முழுகாம இருக்கா... மூணு மாசமாம்... அதான் கொழுந்தனாரு சுவீட் வாங்கிட்டு வந்தாரு” என்றாள்.

அந்த அதிகாலைக் குளியல் ராமலிங்கத்தின் மனதில் வந்துபோனது. அந்தச் சம்பவம் நடந்து மூன்று மாதம் ஆகியிருந்ததை மனக்கணக்கில் அறிந்தான். கைகள் தட்டில் இருந்த இட்லியை அவசர அவசரமாகப் பிய்த்தன. மறுநாள் வீட்டிலிருந்து காணாமல் போனான் ராமலிங்கம். வழக்கமாய் நடப்பதுதானே என்று அலட்சியமாய் இருந்தவர்கள் இரவு கவிழ்ந்தபின்னும் வரவில்லையென்றதும் விபரீதம் உணர்ந்தனர். கமலா வருவதற்கு முன்பே பரமசிவம் தனியாய் கிளம்பி பக்கத்து தெருக்களுக்கும் மதகடி வரைக்கும் சென்று பார்த்துவிட்டு வந்தார். சினிமாவுக்குச் செல்ல தயாராய் இருந்த பரந்தாமனிடம் விபரம் சொன்னதும் பைக்கை எடுத்துக்கொண்டு தியேட்டர், மதகடி, பெரிய காய்கறி மார்கெட், ரயில்வே கேட் பாதை, பெரிய மாரியம்மன் கோவில்

என்று எங்கெங்கோ சுற்றிப்பார்த்துவிட்டு வந்தான். பத்து மணியாகியும் ராமலிங்கம் வரவில்லை. இரவு உலகநாயகியும் பரந்தாமனும் சாப்பிட்டுவிட்டு படுத்துவிட்டனர். வேறு யாரும் சாப்பிடவில்லை. வீட்டு வாசலில் அமர்ந்தபடி வானத்தில் வளர்ந்திருக்கும் பௌர்ணமியையே பார்த்துக்கொண்டிருந்தார் பரமசிவம் நள்ளிரவு வரை.

மதியம் வரைக்கும் பாண்டியன் மளிகைக் கடை வாசல் நிழலில் அமர்ந்திருந்த ராமலிங்கம் அவர் கடையிலேயே பன்னீர் சோடா வாங்கிக் குடித்துவிட்டு நடக்கத் தொடங்கினான். தெரு முடிந்து மெயின் ரோட்டு ஆரம்பத்துக்கு வந்து நின்றான். எங்கோ கரு கட்டிய மேகம் நைனார் குப்பம் வரைக்கும் குளிர் காற்றோடு அலைந்துகொண்டிருந்தது. வெயில் தெரியாத பாதையில் நடந்த ராமலிங்கத்தின் மனம் அமைதியின்றி களைத்திருந்தது. ஒரு சிறு ஊசி குத்தலில் பொத்துக்கொண்டு வெளியேறத் துடிக்கும் அலறல் உள்ளே உறைந்திருந்தது. திறந்து கிடந்த ரயில்வே கேட் கடந்தான். செக்போஸ்ட் தாண்டி பைபாஸில் தன்னந்தனியாய் நடக்கத் தொடங்கினான். வலதுகாலை நிலத்தில் அழுந்த வைக்கும்போதே இடதுகால் காற்றில் ஒரு கோடிழுத்துப் பின்னால் வந்தது. எங்கோ மழை பெய்யும் அறிகுறியாய் காற்றில் குளிர் கூடியிருந்தது. வெயில் அடங்கி சாயங்கால சாயல் தன் மீது படியத் தொடங்கியதை உணர்ந்தும் நடந்துகொண்டிருந்தான். நடக்கும்போதே கவனித்தவன் கண்களில் இடதுபுறம் தெரிந்த கருவைக் காட்டின் நடுவே ஒற்றைச் சுடுகாடு தெரிந்தது. சாலையிலிருந்து பார்க்கும்போதே ஆஸ்பெஸ்டாஸ் ஷீட் வேய்ந்த அதன் அகாலத் தனிமை ராமலிங்கத்தை ஈர்த்தது. பிணம் எதிர்பார்த்துக் காத்திருந்த அதன் அநாதை ஏக்கம் ராமலிங்கத்தின் கண்களில் கத்தி கொண்டு அறுத்தது. ஒற்றையடிப் பாதையில் இறங்கி நடந்தான்.

ஆஸ்பெஸ்டாஸ் கூரை போட்ட சுடுகாடு பிணம் கண்டு நாளாகியிருந்தது. “அக்கம் பக்கம் வீடுகளே இல்லாத இந்த இடத்துல எதுக்கு இப்படி ஒரு மயானம்...” வாய்விட்டுத்தான் பேசியிருந்தான். திடீரென்றுதான் உணர்ந்தான். மனசுக்குள் பேசும் பேச்சு வாய் வழியே வெளிவந்திருக்கிறது. அருகில் யாரும் இல்லாதபோது யாரிடம் பேசினேன் என்று யோசித்தான்.

தன்னிடம் தானே பேசியிருக்கிறோம் என உணர்ந்து தளர்ந்து இடுகாட்டுக் கூரைக்குக் கீழே அமர்ந்தான். உடைந்து ஒட்டியிருந்த கால் எலும்புக்குள் ஏதோ உறுத்தியது போல் தெரிந்தது. கால் நீட்டித் தடவிக்கொடுத்தான் ஆபரேசன் செய்த தழும்பை. மிகக் களைப்பாய் இருந்தான் ராமலிங்கம். கண்களில் இருள் வந்து நிலா காட்டியது. மல்லாந்தான். கண்கள் திறந்தபடி வானத்தில் மிதந்துகொண்டிருந்த பௌர்ணமியையே பார்த்துக்கொண்டிருந்தன. நிலாவிலிருந்து எட்டிப்பார்த்த புண்ணியகோடியின் நீளமான நாக்கிலிருந்து ஒரு சொட்டு கள் உதிர்ந்தது. ராமலிங்கம் தன்னை மறந்து வாய் திறந்தான். கருமேகம் ஒன்று நிலாவின் நாக்கை மறைக்க சுய நினைவுக்கு வந்தான். நெஞ்செல்லாம் சூடாய் ஒரு பயம் பரவியது. தன் சட்டைப் பாக்கெட்டை இறுகப் பற்றிய ராமலிங்கம் தன் நாவால் உதடுகளை வருடிக்கொண்டான். தாகம் பெருகிக்கொண்டே போனது. கண்களை இறுக்க மூடிக்கொண்டான். கொஞ்சம் கொஞ்சமாய் அவன் நாசியெங்கும் மயானக் காற்றின் வாசனை குடியேறத் தொடங்கியது. இத்தனை நாளும் வீட்டில் தூங்காத தூக்கத்தை அந்த இரவு அந்த இடுகாட்டுக் கூரையின் கீழே தூங்கி முடித்தான் ராமலிங்கம். மூடியிருந்த கண்களுக்குள் குருவிகளின் கீச் கீச் கேட்டு விழித்தான். சாம்பல் நிறத்தில் ஈரமாய் தெரிந்தது வானம்.

ராமலிங்கம் பார்த்துக்கொண்டிருக்கும்போதே விடிந்தது. பளிச்சென்று பரவியது வெளிச்சம். கண்கள் கூச எழுந்து அமர்ந்தான். பசித்தது. “பசி ஆச வெறி எல்லாத்தையும் அடக்குறவன்தான் மனுசன். அடக்க முடியாட்டி சாக வேண்டியதான...” யாருமற்ற இடத்தில் ராமலிங்கம் பேச ஆரம்பித்தான். இது இனிமேல் வளரத்தான் முடியுமே தவிர நிறுத்த வழியில்லை எனத் தெரிந்துபோனது அவனுக்கு. எழுந்து நடக்க ஆரம்பித்தான். மெயின் ரோட்டுக்கு வந்ததும் அப்படியே நின்றான். தலைக்கு மேல் சூரியன் தகதகத்துக்கொண்டிருந்தது. கால்கள் நடுங்கியதை உணர்ந்ததும் தான் ரொம்ப நேரம் அப்படியே நின்றுகொண்டிருக்கிறோமோ என்று யோசித்தான். அவன் நின்றுகொண்டிருந்தது ஒரு மணி நேரத்துக்கும் மேல். அவன் அருகில் வந்த லாரி ஒன்று அவனைக் கவனித்து நின்றது. கிளீனர் எட்டிப்பார்த்து, “பாலம் தாண்டி விடுறோம் ஏறுங்க...”

என்றான். அவன் முகத்தில் அனுதாபம் தெரிந்தது. வெள்ளை சட்டை வேட்டி அணிந்திருந்த ராமலிங்கத்தின் முதுகுப்புறம் முழுவதும் சுடுகாட்டு சாம்பல் அப்பியிருந்ததை கிளீனர் கவனிக்கவில்லை. ராமலிங்கம் வேண்டாம் என்பதுபோல் தலையசைத்தான். லாரி அவனை விட்டு நகர்ந்ததும் லாரி சென்ற பாதையிலே நடக்கத் தொடங்கினான். வலதுபுறம் சரிவில் பாழடைந்த கல் மண்டபம் ஒன்றைப் பார்த்தான். சாலையைக் கடந்து சரிவில் இறங்கினான். “அங்க யாராச்சும் இருப்பாங்களா...” என்று வாய்விட்டு கேட்டதும் உடனே பதில் வந்தது.

“அங்க மனுசாளு யாரு இருக்கப் போறாங்க... நம்மள மாதிரி சாமிங்கதான்... வாங்க ஜோதியில கலக்கலாம்...” தன் முதுகுக்குப் பின்னால் குரல் கேட்டதும் திரும்பினான் ராமலிங்கம். அவர்கள் இருவர் அவனை நெருங்கி வந்துகொண்டிருந்தனர். நாற்பது வயதுகளில் இருந்தனர். இருவருமே வேட்டி கட்டியிருந்தனர். ஒருவர் சாம்பல் நிறத்திலும் இன்னொருவர் காவி நிறத்திலும். அடர்ந்த தாடி மீசை. அவனை நெருங்க நெருங்க புன்னகைத்தனர். நெற்றித்தோல் எந்தச் சுருக்கமோ அழுக்கோ இன்றி பளபளப்பாய் இருந்தது. இருவரின் முகத்திலும் நிரந்தரப் புன்னகை தன்னை வரைந்திருந்தது. கண்கள் மட்டுமே அதை வெளிக்காட்டிக்கொண்டிருந்தன. உதடுகள் மூடிய ரோமங்களுக்குள் ஒளிந்திருந்தது சிரிப்பு. “வாங்க மண்டபத்துக்குப் போகலாம்...” கம்பீரமான குரல். அந்தக் குரலை எவ்வித கேள்வியும் கேட்காமல் நம்பலாம் போல் இருந்தது. அவர்கள் பின்னாலே சென்றான் ராமலிங்கம்.

வேறெதுவும் அவர்கள் ராமலிங்கத்திடம் கேட்கவில்லை. முன்னால் சென்றுகொண்டிருந்த காவி வேட்டி மட்டும் திரும்பிப்பார்த்து, “எத்துக்காலா...” என்றார். ராமலிங்கத்துக்குப் புரியவில்லை என்றாலும் தலையாட்டினான். அந்தக் கல் மண்டபம் ஒரு இடிந்த ஓட்டு வீடு. படிகள் இருந்தன. குப்பைகளும் மரச்சக்கைகளும் சருகுகளுமாய் குவிந்திருந்தன. சிமெண்ட் திண்ணையில் குப்பைகளை ஒதுக்கிவிட்டு இருவரும் அமர்ந்தனர். ராமலிங்கம் அவர்களைப் பார்த்தவாறு நின்றிருந்தான். “ஒக்காருங்க சாமி...” என்றார் காவி.

“என்ன தனியா பேசிட்டுருந்தீங்க... அதுவும் சத்தமா... பேச்சுத்தொணைக்கி ஆளில்லியா...” ராமலிங்கத்துக்குள் பளிச்சென்று ஏதோ இறங்கியது. அவர்களைப் பார்த்துப் புன்னகைத்தான். அருகில் அமர்ந்தான். வேட்டி இடுப்பு மடிப்பிலிருந்து நான்கைந்து பொட்டலங்கள் எடுத்து வெளியே வைத்தனர். சட்டைப் பாக்கெட்டிலிருந்து பீடிக்கட்டு எடுத்துப் பிரித்தனர். இலை பொட்டலம் பிரிக்க தூள் இலைகள் இருந்தன.

“சிவ பாணம்...” என்றார் காவி. பீடியைப் பிரித்து உள்ளிருந்த புகையிலையைக் கொட்டிவிட்டு கஞ்சா இலையைக் கையில் சேர்த்து சுருட்டிக் கசக்கினார்கள். என்னவென்று புரிந்தது ராமலிங்கத்துக்கு. சுண்ணாம்பு தடவாமல் குடித்த கள்ளின் ருசி ஞாபகம் வந்தது. இப்போதைய தன் நிலைமைக்கு ஏதாவது ஒரு போதைக்குத் தன்னை ஒப்புவித்தே ஆகவேண்டும் என்றிருந்தான். எல்லாவற்றையும் மறக்கும்... ஏன் தன்னையே மறக்கும் போதை ராமலிங்கத்துக்குத் தேவைப்பட்டது. அவர்கள் இருவரையும் ஆழமாக உற்றுப்பார்த்தான். பற்றவைத்து நீட்டியதை ராமலிங்கம் வாங்கி உதடுகளில் பொருத்தி இழுத்தான். சிறிது நேரத்தில் மூவருமே அந்தப் பாழடைந்த வீட்டிலிருந்து வெளியேறி ஆகாயத்தில் மிதக்கத் தொடங்கினர். ராமலிங்கத்துக்கு முதல் அனுபவம் அது. இழுக்கத் தெரியாமல் வாய்க்குள்ளே பீடியை இழுத்தான். உதடுகளால் பீடியை இறுக்கிக்கொண்டு மிக மெலிதாக பீடியின் பின்னால் உறிஞ்சினான். லேசாகப் புகை தொண்டைக்குள் சென்றது. குமட்டல் எழுந்தது. பீடியை வெளியே எடுத்துவிட்டு காரித் துப்பினான். அவர்கள் இருவரையும் பார்த்தான். அமர்ந்த இடத்திலே நெளிந்துகொண்டிருந்தனர். கண்களை விரித்துப் பார்த்தான் ராமலிங்கம். இன்னும் அகலமாகி நீளமாய் நெளிந்தனர். சிரித்தான். இன்னொரு முறை பீடியை வாயில் வைத்து இழுத்தான். நாசி துவாரங்களில் புகை வரும்போது திறந்த வாய் வழியாகவும் கொத்துப்புகை வெளியேறியது. காதை உரசிக்கொண்டு குளிராய் மேகம் கடந்தது போல் இருந்தது. தன் கைகளைப் பார்த்தவன் அதிர்ந்தான். புறங்கையின் எலும்புகளும் நரம்புகளும் சதை இல்லாமல் வெளியே நீட்டிகொண்டு தெரிந்தன. “ஐயோ...” என்றபடி

கையைத் தொட்டான். கையைப் பொத்துக்கொண்டு பூமிக்குப் போனது வலதுகை. அவசரமாக வேட்டியை விலக்கி தன் கால் முட்டியைப் பார்த்தான். ஆபரேசன் செய்த எலும்புகள் அப்படியே அந்தரத்தில் மிதந்தன.

“அய்யய்யோ...” ராமலிங்கத்தின் கண்கள் கலங்கின. அடக்கி வைத்திருந்த அழுகை பெருங்குரலெடுத்து வெளிக்கிளம்பியது.

‘என்னடா ஆச்சி பெரியவனே...’

‘வலிக்குதுன்னு தெரியுதுல்ல... கம்னு படுங்க...’

‘தம்பி பொண்டாட்டி தாய் மாதிரி இல்லியாண்ணே...’

‘அவ்ளோ ஆசையா அத்தான் எம்மேல...’

‘நான் வேணும்னா செத்துடுவா பெரியண்ணே...’ காதுகளை இறுகப்பொத்திக்கொண்டான் ராமலிங்கம். தேம்பித்தேம்பி அழுதான். வாயிலிருந்து எச்சிலும் மூக்கிலிருந்து சளியும் ஒன்றாய் கலந்து அவன் மடியில் விழுந்தன. அவன் குரல் மட்டும் இந்த உலகத்தில் கேட்டுக்கொண்டிருக்க மிக நிசப்தமான பள்ளத்துக்குள் வீழ்ந்தான் ராமலிங்கம். வீழும் முன் வானில் இடியோசையைக் கேட்டான்.

ராமலிங்கம் தனி உலகில் நுழைந்திருந்தான். இருளாய் தெரிந்த இடமெல்லாம் தூசிப் புகை கிளம்பிக்கொண்டிருந்தது. அதன் ஊடே நுழைந்து வெளிவந்தான். காற்றே இல்லாமல் சகித்துக்கொள்ள முடியாத துர்நாற்றமும் நிசப்தமும் அந்த இடத்தைச் சூழ்ந்திருந்தது. சிறு கீற்றெனத் தெரிந்த தூரத்து வெள்ளை வெளிச்சத்தை நோக்கி நகர்ந்தான். உடைந்த காலில் பாரம் கூடிட குனிந்து பார்த்தான். அவன் கால் எலும்பைப் பற்றிக்கொண்டு அமர்ந்திருந்தார் பரமசிவம். “அரிக்குதாப்பா... சொறிஞ்சி வுடவா...” என்றபடியே ராமலிங்கத்தின் எலும்பை தனியே எடுத்து தேய்க்கத் தொடங்கினார். கொஞ்சம் கொஞ்சமாய் அரிப்பு அடங்கியது. திடீரென்று உச்சந்தலைக்குள் எரிச்சல் ஏறியது. ‘போதும்’ என்று சொல்வதற்காக குனிந்தான். அவன் எலும்பிலிருந்து ரத்தம் பெருகி வழிந்துகொண்டிருந்தது. பரமசிவத்தைக் காணவில்லை. “ஏம்பா இப்டி பண்ணீங்க...” ஆத்திரமாய் கத்தினான். கண்களை மூடிக்கொண்டு அப்படியே

நிலத்தில் அமர்ந்தான். சில்லென்றிருந்தது. கூடவே ஏதோ பிசுபிசுப்பில் பாதி உடம்பு மூழ்கியிருந்ததைக் கவனித்தான். இடுப்புக்குக் கீழ் கைவைத்தான். மூத்திரத்தில் நனைந்திருந்த அவனுடைய குறியைச் சுற்றிலும் மலம் மிதந்துகொண்டிருந்தது. “ச்சைக் கருமம்” என்று காரி உமிழ்ந்து குமட்டியபடி எழுந்த ராமலிங்கத்தின் தலையில் மேலிருந்து தொங்கிக்கொண்டிருந்த புண்ணியகோடியின் நாக்கு மோதியது. உடன் பிரதேசமெங்கும் குபீரென்று வாசனை எழுந்து மிதந்தது. அது தினம்தோறும் கமலா தன் உடம்பில் பீய்ச்சிக்கொள்ளும் ஃபாரீன் சென்ட் வாசனை. சிரமப்பட்டு இமைகளைப் பிரித்தான் ராமலிங்கம். தூரத்தில் தெரிந்த வெள்ளை வெளிச்சத்தின் பின்னணியில் யாரோ நின்றுகொண்டு சிகரெட் பற்றவைத்து புகையை காற்றில் ஊதினார்கள். புகை அடர்ந்து மேகமாய் மாறி தன்னை நோக்கி வருவதைப் பார்த்த ராமலிங்கம் ரத்தம் ஒழுகிக் கிடந்த தன் கால் எலும்பைத் தூக்கிக்கொண்டு ஓடினான். புண்ணியகோடியின் நாக்கு அவன் பின்னாலேயே துரத்திக்கொண்டு வந்தது.

மூன்று நாள் கழித்து கண் விழித்தான் ராமலிங்கம். மழை பெய்துகொண்டிருந்தது. அவன் பாதி உடம்பு சிமென்ட் திண்ணையில் தெறித்த சாரல் பட்டு நனைந்திருந்தது. உடம்பு மிக பலவீனமாய் தெரிந்தது. தலையில் பாரம் கூடியிருந்தது. எதிரில் அமர்ந்திருந்த அவர்கள் இருவரும் வேறு உடையில் இருந்ததைப் பார்த்தான். சிரித்தான். காதுக்குள் ‘ஞொய்ங்ங்ங்ங்ங்ங்....’ என சத்தம் வந்ததும் சட்டென்று நின்றது சிரிப்பு. சத்தமும் நின்றது.

“சொர்க்கமா நரகமா...” என்றார் ஒருவர்.

காய்ந்த உதடுகளை அசைத்தான் ராமலிங்கம். சத்தமாய் பேசுவதாய் நினைத்து, “என்னாச்சி எனக்கு...” என்றான். ஆனால் சத்தம் வெளிக்கிளம்பவில்லை.

“மூணு நாளாச்சி சாமி நீங்க சமாதியாகி... நாங்க அப்பப்போ வந்து பாத்துட்டுதான் இருந்தோம். உங்க கண்ணுல தெரிஞ்ச துக்கத்த பாத்துட்டுதான் சிவ பாணமே உங்களுக்குத் தந்தது. உங்க முதுகுல ஒட்டியிருந்தது சித்தன் சாம்பல்னு தெரியும்.

பௌர்ணமி நாள்ல மயானத் தூக்கம்லாம் எல்லாருக்கும் கிடைச்சுடாது. மனுசனுக்கு அப்பாற்பட்டவங்களுக்குக் கிடைக்கிற பாக்கியம் அது. நீங்க எதுக்கும் பயப்புடாதீங்க... இந்தாங்க இத சாப்புடுங்க... தெம்பு வரும்...” நீட்டிய பார்சலில் ஐந்து இட்லிகளும் ஒரு வடையும் இருந்தன. எழுந்தான் ராமலிங்கம். உடம்பு ஆடியது. இடது காலில் எதுவுமே இல்லாதுபோல் தோன்றியது. ஜாக்கிரதையாக காலை எடுத்து வைத்தான். தடுமாறி விழுவதுபோல் தோன்ற எழுந்தது போலவே தரையில் அமர்ந்தான். அவர்கள் இருவரும் பீடி புகைத்துக் கொண்டிருந்தார்கள். இட்லி சாப்பிட்டதும் கண்கள் களைப்பாய் மூடிக்கொண்டன.

“நாங்க ரெண்டு பேரும் லாரில போறோம்... டெய்லி சவாரி. அப்பப்போ ஓய்வெடுக்க இங்க வந்துட்டுப் போவோம். அன்னிக்கி சுடுகாட்டு சாம்பல பூசிக்கிட்டு தனியா பேசிட்ருந்தீங்க... அதான் கொஞ்சம் மனச தளர்வாக்குனோம்... இப்போ ஓடம்பும் மனசும் தெளிவாருக்கும். சிரிப்போ அழுகையோ எதா இருந்தாலும் உள்ள அடக்கி வச்சிக்காதீங்க சாமி. மல ஜலம் அடக்குனா எப்டி நாறுது ஓடம்பு. அதுமாதிரிதான் பேச்சையும் எண்ணத்தையும் அடக்குனா மனசு நாற ஆரம்பிச்சிடும். பேசணும்னு நெனைக்கிறப்ப ஓங்க பக்கத்துல யாரும் இல்லாம போகலாம். உங்க மனசுகிட்ட பேசுங்க... நல்லது எது கெட்டது எதுன்னு ஓங்களுக்கே தெரியும்... கூட இருக்குற மனுசங்ககிட்ட பேசுறதுக்கு நமக்குள்ள நாம பேசிக்கலாம். கடவுள்ங்கிற கான்செப்டே அதுதானே... நம்ம மனசுதான் கோவில். நாமதான் கடவுள்னு யோசிங்க...தெளிவு பொறக்கும்... ஏன்னா மனசாட்சிக்குப் புரியிற எதுவும் சக மனுசனுக்குப் புரியாது சாமி. கேள்விக்கு பதில் சொல்லத் தெரியிற மனுசன் அந்தக் கர்வத்துலையே கேள்வியும் கேப்பான். அதனால எப்பவும் ஏதாவது எதிர்பாக்குற திமிர் புடிச்ச மனுசன விட நம்மள எல்லா திசைக்கும் அலைக்கழிக்கிற மனசாட்சிகிட்ட பேசலாம். ஊர் உலகம் பைத்தியம்னு சொல்லும். சொல்லிட்டுப்போகுது. நீங்க பேசாம இருந்தாலும் அதத்தான சொல்லப்போகுது. தன் மனசாட்சிகிட்ட உண்மையா இல்லாத ஒருத்தன் இந்த உலகத்துல எதுக்கும் உண்மையா இருக்க மாட்டான். எங்களுக்கு

உங்க பேர்கூட தெரியாது. அது தேவையில்ல...எங்களுக்கு நீங்க சாமி. உங்களுக்கு நாங்க சாமி. சாமின்னா அந்த சாமின்னு நெனச்சிக்காதீங்க... பேர். அடையாளம். அவ்வளவுதான். உங்கள மாதிரிதான் இருந்தோம் நாங்களும். உங்கள மாதிரி ஒருத்தர் எங்களுக்கு எல்லாம் புரிய வச்சாரு... இப்பிடித்தான் யாராவது எங்கேர்ந்தாவது வருவாங்க. வழி காட்டிட்டுப் போயிடுவாங்க...பின்னாடி போறதும் போகாம இருக்குறதும் அவங்கவங்க மனச பொறுத்தது. எங்க மனசுக்கு அன்னிக்கி அது தேவையாயிருந்தது. அன்னியிலேர்ந்து எல்லாம் தெளிவாயிட்டு... சந்தோசமா இருக்கோமா இல்லியோ அமைதியா தெளிவா இருக்கோம். அமைதிதான் சந்தோசம்னே இங்க நெறைய பேருக்குத் தெரியறதில்ல சாமி. அதுக்குத்தான இவ்ளோ சத்தமும். வீட்டுக்குப் போங்க. எங்கள நெனச்சிக்குங்க... மனசுதான் எல்லாம். மனச உத்துப் பாருங்க...எல்லாம் சரியாகிடும். மெயின் ரோட்டுலதான் நம்ம வண்டி நிக்குது. எங்க போகணும்னு சொல்லுங்க... இறக்கி உடுறோம்...இல்ல ஏத்தி அனுப்புறோம்...”

யாரோ ஒருவர்தான் பேசினார். ஆனால் இருவரும் சேர்ந்து ஒற்றைக்குரலில் பேசியதுபோல் கேட்டது ராமலிங்கத்துக்கு. மழை நின்றிருந்தது. மூவரும் எழுந்து நடந்தார்கள். ராமலிங்கத்திடம் ஒருவன் சில பொட்டலங்களை நீட்டினான். வாங்கிய ராமலிங்கம் தன் இடுப்பு வேட்டி மடிப்பில் அதக்கி வைத்தான். வாய் திறந்து “நைனார்குப்பம் போகணும்...” என்றான். அவர்கள் இருவரும் நின்று அவனையே உற்று பார்த்தார்கள்.

“நடந்தே மெட்ராஸ் போலாம்னு வந்தீங்களா சாமி...” சிரித்தார்கள்.

ராமலிங்கம் புன்னகைத்தான். அவர்கள் சிரித்தார்களா என்பது தெரியாமல் முகத்தை உற்றுப்பார்த்தான்.

“நாங்க எதிர்புறம் போறோம்... ஏதாவது வண்டியில ஏத்தி வுடுறோம்... போயிக்குங்க...”

7

மதகடிப் பாலத்தில் ராமலிங்கம் இறங்கியபோது இருள் தொடங்கியிருந்தது. தன் வேட்டியில் மறைத்து வைத்திருக்கும் பொட்டலங்களைத் தொட்டுப் பார்த்துக்கொண்டான். மனதுக்குள் சத்தமில்லாமல் இருப்பதைப் போன்று உணர்ந்தான். தன் அருகில் உரசி நின்ற பைக்கில் அமர்ந்திருந்த பரந்தாமனைச் சலனமின்றி பார்த்தான்.

"எங்கண்ணே போயிட்டீங்க இத்தன நாளு... எல்லாரையும் தவிக்க விட்டுட்டு.... வண்டியில ஒக்காருங்க மொதல்ல வீட்டுக்குப் போய் பேசிக்குவோம்." பைக்கின் பின்னால் அமர்ந்து பரந்தாமனின் தோளைத்தொட்டுப் பிடித்தபோது மிக அன்னியமாய் உணர்ந்தான் ராமலிங்கம்.

பைக்கிலிருந்து இறங்கி வீட்டின் உள்ளே நுழைந்தான் ராமலிங்கம். வாசலில் அமர்ந்திருந்த பரமசிவம் முகத்தில் மூன்று நாள் காணாமல்போன தூக்கம் தாடி வளர்த்திருந்தது. "பெரியவனே..." என்றபடி பதறி எழுந்தார். பரமசிவத்தைப் பார்த்துச் சிரித்தான் ராமலிங்கம். புதிதாய் மாலை வாங்கிப் போடப்பட்டிருந்த புண்ணியகோடியின் புகைப்படத்தை உற்றுப்பார்த்தான். மெலிதாய் சிரித்தான்.

“ரூமுல போய் ஒக்காருப்பா... சின்னாச்சி தண்ணி குடும்மா அவனுக்கு...” என்றார் பரமசிவம். உலகநாயகி உள்ளே சென்று தண்ணீர் எடுத்து வந்தாள். ராமலிங்கம் அறைக்குள் சென்று அமராமல் வாசல் திண்ணையில் உட்கார்ந்தான். அகிலனைப் பார்த்ததும் கை நீட்டினான் ராமலிங்கம். கண்களில் மிரட்சி காட்டி உலகநாயகியின் புடவையைப் பிடித்துக்கொண்டு அவளின் பின்னால் பதுங்கினான் அகிலன். ராமலிங்கத்தின் முகத்தில் புன்னகை அகலமானது. “அறிவிலையும் ஒடம்பிலையும் மெத்த வளர்ந்த பெரிய மனுசங்களுக்கே எது சொன்னாலும் இங்க புரியப்போறதில்ல... பிஞ்சு மனசுல என்னத்த வெதைக்கிறது...” ராமலிங்கத்தின் உதடுகள் தன்னிச்சையாகப் பேசின. தன்னிடம்தான் ஏதோ சொல்கிறானென்று நினைத்த பரமசிவம் சொன்னது காதில் சரியாக விழாவிட்டாலும் பேசவேண்டாம் என்பதுபோல தலையசைத்து மறுத்தார்.

“இன்னிக்கி எதும் பேசவேணாம்பா... களைப்பா இருக்க... சாப்புட்டு படுத்துத் தூங்கி ரெஸ்ட்டெடு... காலைல பேசிக்கலாம்... குளிக்கணும்னா குளி. ட்ரெஸ்ஸ மாத்து முதல்ல... அழுக்காருக்கு பாரு... சின்னாச்சி டிபன் எதுவும் வேணாம்... சோத்தையே போடு... மதிய கொழம்பு இருக்குல்ல... முட்டை எதும் வாங்கிட்டு வரவா தொட்டுக்க இருக்கா...” துண்டை உதறி பரமசிவம் எழுந்தார்.

“வேணாம் மாமா... முட்ட இருக்கு... மதிய கொழம்பும் தொட்டுக்கவும் இருக்கு...” என்றாள் உலகநாயகி. பரமசிவத்தின் கண்கள் கலங்கியிருப்பதைக் கவனித்தான் ராமலிங்கம். தன் மனதில் ஏன் இரக்கத்துக்குப் பதில் பரிதாபம் மேலோங்குகிறது என்பதை ஆச்சரியமாகக் கவனித்தான். கமலாவின் சத்தம் கேட்காததிலேயே அவள் வழக்கம்போல கிளினிக்குக்குப் போயிருப்பதை உணர்ந்துகொண்டான்.

கிளினிக்கிலிருந்து கமலா வீட்டுக்குள் நுழையும்போதே வாசலில் அமர்ந்திருந்த பரமசிவம் அவளிடம், “பெரியவன் வந்துட்டான் பெரியாச்சி. இப்ப எதுவும் அவன்கிட்ட கேட்டுக்க வேணாம். ரெண்டு நாள் கழிச்சி என்ன ஏதுன்னு விசாரிப்போம்...”

என்றார். “சரிங்க மாமா...” என்று தலையாட்டிவிட்டு உள்ளே நுழைந்தாள்.

சோற்றை அள்ளி அள்ளிச் சாப்பிட்டான் ராமலிங்கம். குழம்பில் கிடந்த முருங்கைக்காய்கள் சக்கையாய் உறிந்து தட்டில் குவித்து வைக்கப்பட்டன. ஒருபோதும் இப்படி சாப்பிட்டிராத ராமலிங்கத்தை கமலாவும் உலகநாயகியும் ஆச்சரியமாகவும் பயமாகவும் பார்த்தார்கள். கண்களாலே பேசிக்கொண்டார்கள். இனி ராமலிங்கத்துக்கு முன்னால் அவர்கள் அப்படித்தான் பேசியாக வேண்டும் என்று முடிவு செய்த கண்ணசைப்பு. தட்டிலேயே கை கழுவி எழும்போதே பெரிதாய் ஏப்பம் விட்டான். கமலா முகம் சுளித்தாள். கொல்லையில் பாத்திரம் விளக்கும்போது முணுமுணுத்துக் கொண்டேயிருந்தாள்.

“எங்க போயி என்னத்த குடிச்சிட்டு வந்துச்சோ... இப்பிடி நாறித்தொலையிது... இது பக்கத்துல மனுசாளு படுக்க முடியுமா... தாடியும் மீசையுமா பரதேசி கணக்கா திரிஞ்சா யாரு மதிப்பாங்க...” உலகநாயகி அருகில் வந்ததும் முணுமுணுப்பை நிறுத்தினாள். அன்று இரவு மேலே மெத்தையில் ராமலிங்கம் மட்டும் படுத்துக்கொண்டான். கீழே பாய் விரித்துப் படுத்துக்கொண்ட கமலா, பரமசிவத்தின் அருகில் உறங்கிக்கொண்டிருந்த அகிலனைத் தூக்கிவந்து தன் அருகில் படுக்க வைத்துக்கொண்டாள்.

மூன்று நாள் காணாமல் போய் மீண்டபிறகு ராமலிங்கத்தை வீட்டில் யாரும் பெரிதாய் மதிக்கவில்லை. அவனை ஷேவிங் செய்து முடிவெட்டிவர இரண்டு மூன்று முறை சொல்லிப்பார்த்தார் பரமசிவம். ராமலிங்கம் அப்போதைக்கு தலையை ஆட்டியவன்தான். முகத்தில் கண்கள் மூக்கைத் தவிர மற்ற இடங்களில் முழுவதும் மயிர் மண்டியது. ஒருமுறை டாய்லெட்டிலிருந்து பேச்சு சப்தம் வரவே கடந்து சென்ற பரமசிவம் சத்தம் கேட்டு நின்றார்.

“பசிச்சா திங்கணும்... தூக்கம் வந்தா தூங்கணும்... அது மாதிரிதான ஒடம்பு சொகமும்... தேவப்பட்டா தீத்துக்கணும்... எப்பவும் அதே நெனப்பா திரிஞ்சிட்டுருந்தா வேற எதுலையும் கவனம் ஓடாதே... அதான் வாழ்க்கையா... அப்டி இருந்தா அது

வியாதி... வைத்தியம்தான் பாக்கணுமே தவிர சொறிஞ்சிட்டுருக்கக் கூடாது...” இடைவெளி விட்டு இடைவெளி விட்டு பேசிய ராமலிங்கம் நடு நடுவே எச்சில் துப்பும் சத்தமும் கேட்டது. டாய்லெட்டின் ஃப்ளஷ் அழுத்தும் சத்தம் கேட்டதும் பரமசிவம் அங்கிருந்து நகர்ந்தார். ஒருநாள் குறட்டை விட்டுத் தூங்குவதும் மறுநாள் தூங்காமல் விழித்திருப்பதுமாய் இருந்தான் ராமலிங்கம். அவன் விழித்திருக்கும் நாட்களில் கமலா தூங்கிக்கொண்டிருந்தாள்.

ஒருநாள் நடு ராத்திரி திடீரென விழித்த கமலா உறங்காமல் தன் அருகில் அமர்ந்தபடி தன்னையே உற்றுப் பார்த்துக்கொண்டிருந்த ராமலிங்கத்தைப் பார்த்துத் திடுக்கிட்டாள். படபடப்பு அடங்காமலே அவனின் தோளைத் தொட்டு, “என்னங்க ஆச்சி... தூக்கம் வல்லியா...” என்று உலுப்பினாள்.

“தண்ணி கொண்டுவா...” என்றான். கமலா எழுந்து சமயலறைக்குச் சென்று தண்ணீர் கொண்டு வந்தபோது அறையில் இல்லாமல் வீட்டு வாசலில் நின்றபடி யாரிடமோ பேசிக்கொண்டிருந்த ராமலிங்கத்தைப் பார்த்தாள். கையிலிருந்த சொம்பை நழுவவிட்டாள். சொம்புடன் தண்ணீர் சிதறியது. இருதயப் படபடப்பு அதிகமாக அறைக்குள் சென்று லைட்டைப் போட்டாள். தலையில் கைவைத்தபடி கட்டிலில் சென்று அமர்ந்தாள். சிறிது நேரம் கழித்து அறைக்குள் வந்த ராமலிங்கம் கட்டிலில் அமர்ந்திருந்த அவளைப் பார்த்துவிட்டு திரும்பி ஹாலுக்கு வந்தான். உருண்டிருந்த சொம்பை எடுத்துக்கொண்டு சமயலறைக்குச் சென்று தண்ணீர் மொண்டு குடித்தான். பக்கத்தில் சாமிப்படத்துக்குக் கீழே வைத்திருந்த விபூதியை அள்ளி மூன்று விரல்களிலும் தேய்த்து நெற்றியில் பூசிக்கொண்டான். திரும்பி அறைக்கு வந்தபோது கீழே பாயில் சுருண்டு படுத்திருந்தாள் கமலா. லைட் எரிந்துகொண்டிருந்தது.

அதற்குப் பின் ராமலிங்கம் வீட்டில் உள்ள அனைவருக்கும் புதிராய் ஆனான். அவனுடன் பேசவே பயந்தார்கள். காலையில் எழுவதும் சாப்பிடுவதும் மட்டும் வழக்கமாய் ஆனது. சாப்பிட்டுவிட்டு வெளியே கிளம்புவன் இரவுதான் வீடு திரும்பினான். வீட்டில் உள்ளவர்கள் என்ன கேட்டாலும் அவனிடமிருந்து பதில் இல்லாமல் போனது. மௌனமாய்

நிமிர்ந்து பார்ப்பான். அதுவே சிறந்த பதிலாக எடுத்துக்கொண்டு விலகிவிடுவார்கள். ராமலிங்கம் காலையில் வீட்டை விட்டுக் கிளம்பினால் நேராக மதகடிப் பாலத்துக்கு கீழே சென்று தண்ணீர் நெருங்காத கரை ஓரமாக அமர்வான். வேட்டி மடிப்பிலிருந்து பொட்டலத்தைப் பிரித்து இலையினை எடுத்துக் கசக்கி சட்டைப் பாக்கெட்டிலிருந்து பீடியை எடுத்துப் புகையிலையைப் பிரித்துக் கொட்டிவிட்டுத் தூளினைச் சேர்த்து பற்றவைத்து கண்களை மூடி உதட்டில் வைத்து இழுப்பான். புகை நெஞ்சில் பரவியதும் அவனைச் சுற்றியிருக்கும் வெப்பம் மறைந்து குளிர் சூழும். கண்கள் திறந்தால் நீலவானம் எல்லையில்லாமல் விரிந்து பெருகும். எல்லா நீலத்தையும் அள்ளி இரு இமைகளுக்குள் பொருத்தியபடி தலையை அசைத்து மனதை உற்றுப் பார்ப்பான். காதுக்குள் ஏதோ ஒரு பாட்டுச் சத்தம் போல் ஹம்மிங் ஆரம்பமாகும். தொடர்ந்து பாடல் ஒலிக்கும் என எதிர்பார்த்தபடியே மல்லாந்து கண்கள் மூடுவான். கனவுகள் வரத் தொடங்கின. அவனுக்குப் பிடித்தமான கனவுகள். மனிதர்கள் யாரும் இல்லாத தனித்தீவில் அவன் மட்டும் வாழும் புகை சூழ்ந்த கனவுகள். கால்வலி மட்டுமல்ல; வேறு எந்த வலியோ ஒவ்வாத வாசனையோ ருசியோ எதுவுமில்லாத, அவனுக்கு மிக நெருக்கமான வெள்ளை பீங்கானால் அமைக்கப்பட்ட வீட்டின் மீது கள் மழை பொழியும் கனவுகள்.

மீண்டும் விழிக்கும்போது மதியம் கடந்து மாலை முடியத் தொடங்கியிருக்கும். தண்ணீர் பெருகியிருந்தால் கெண்டைக்கால் வரை நனைந்திருக்கும். எழுந்து வேட்டியை மடித்துக்கட்டுவான். வாயெல்லாம் கசப்பாய் உணர்வான். சட்டையிலும் வேட்டியிலும் ஒட்டியிருக்கும் மணலைத் தட்டிவிட்டுவிட்டு நடக்கத் தொடங்குவான். தூரத்தில் சூரியன் இறங்கிக்கொண்டிருப்பது மரங்களின் இடைவெளியில் தெரிந்து மறையும். லைட்டைப் போட்டுக்கொண்டு பஸ்களும் லாரிகளும் விரைந்துகொண்டிருக்கும் சாலை ஓரமாய் நடப்பான். சக்திவேல் டீக்கடையில் பஜ்ஜியும் வடையும் சூடாய் வெந்துகொண்டிருக்கும். கூட்டம் கூடியிருக்கும். ஒரு டீ சொல்லிவிட்டு எண்ணெயில் மிதந்துகொண்டிருக்கும்

வடையையே உற்றுப்பார்த்துக்கொண்டிருப்பான். உதடுகள் துடித்து வார்த்தை முட்டிக்கொண்டு வருவதைச் சிரமப்பட்டு அடக்குவான். டீ குடித்ததும் வாய்க்கசப்பு கொஞ்சம் மறையும். உடம்பில் உற்சாகம் உணர்வான். வீடு நோக்கி நடப்பான். மனம் தெளிந்து இருக்கும். தொடக்க நாட்களில் இதே வழக்கமானது. அவனும் அதைப் பெரிதாய் கண்டுகொள்ளவில்லை. யாருக்கும் தொந்தரவின்றி தன் உலகில் தான் மட்டும் இருப்பதாய் அவனுக்குத் தோன்றியது. குறிப்பாய் எதையும் நினைவில் கொள்ளாமல் அக்கணத்து ஞாபகத்தில் உழல்வது அவனுக்கு உவப்பாயிருந்தது. நாளாக நாளாக காலையில் எழுந்ததும் உடம்பில் சின்னதாய் பதற்றத்தை உணர்ந்தான். நெஞ்சுக்கூடு தாகத்தில் தவித்ததை விரலால் தொண்டையை நீவி சமப்படுத்தினான். மதகடிக்கு வந்து புகை உள்ளே இறங்கியதும் அந்த தாகம் தொலைந்தது. அதை உணர அவனுக்கு முழு நினைவு இல்லாமல் போயிற்று.

அவர்கள் தந்துவிட்டுப்போன பொட்டலங்கள் கொஞ்சமாய் மிச்சமிருந்ததைப் பார்த்தான் ஒருநாள். மதகடிக்குப் போகாமல் வீட்டிலேயே இருந்தான். வீட்டில் அவன் எப்போதும் பீடியின் தோலை உரிப்பதில்லை. உடம்பின் பதற்றத்தைத் தணிக்கும் முயற்சியில் உதடுகள் ஏதோ முணுமுணுத்துக்கொண்டிருந்தன. அவனுக்கே சரிவர புரியாமல் ஏதோ ஒரு பாட்டின் ஆரம்ப ஹம்மிங் போலவே தெரிந்தது. சத்தம் வந்த திசையில் ஆச்சரியமாய் பார்த்தார் பரமசிவம். மகனின் இயல்பற்ற தன்மை பரமசிவம் அறிந்திருந்தாலும் இந்த தானாகவே பேசும் பாடும் ராமலிங்கம் அவருக்கு கவலையோடு பயத்தையும் அளித்தான். ராமலிங்கத்தின் அருகில் அமர்ந்தவர் அவன் கையைத் தொட்டார். உத்திரத்தில் இருந்த தன் பார்வையை விலக்கி பரமசிவத்தைப் பார்த்தான் ராமலிங்கம். உதடுகள் நடுங்கிக்கொண்டிருந்தன. வெடித்த கோடுகளில் வரிவரியாய் ஹம்மிங் படிந்திருந்தது.

“ஒடம்புக்கு எதும் பண்ணுதா பெரியவனே...” உதடுகள் அசைவை நிறுத்தியிருந்தன. லேசாய் கண்கள் கலங்கின ராமலிங்கத்துக்கு. பரமசிவத்தின் தொடுகைச் சூட்டினை மூளைக்குள் சேமித்தான்.

“யார்கிட்டவும் எதும் பேச மாட்டேங்குற... புள்ளைய கூட பாக்க மாட்றியேப்பா... ஏங்கிக் கெடக்கான் அப்பன் வாசம் படாம... பாக்கவே வயித்தெரிச்சலா இருக்கு... எதா இருந்தாலும் மனசு விட்டுப் பேசுப்பா... உள்ளுக்குள்ளையே அடக்கி வச்சிருந்தா அதுவே பெரிய நோய்தாம்பா... தாடியும் மீசையுமா பாக்கவே கஷ்டமாருக்குப்பா...சவரம் பண்ணிட்டுத் தெளிவாருந்தா எவ்ளோ நல்லாருக்கும்...”

பரமசிவத்தைப் பார்த்துப் புன்னகைத்தான் ராமலிங்கம். “நீங்க மனசு விட்டு சிரிச்சிருக்கீங்களா... இந்த வீட்டுல சிரிப்பு சத்தம் கேட்டதே எனக்கு ஞாபகம் இல்லியே... மனசு விட்டு சிரிக்கவும் மனசு விட்டு அழவும் கொடுப்பினை இல்லாத பிறவிங்கதான நாம. இதுல மனசு விட்டு யார்கிட்ட பேசுறது... அப்டி பேசுறதெல்லாம் நெஜமா என்ன... பேசாம இருக்குறது எவ்ளோ நல்லது. நான் பேசலைனு யார் சொன்னது... என்கூட டெய்லி நான் பேசிட்டுதான் இருக்கேன். உங்களுக்கு அதெல்லாம் புரியாது...”

அணை பொத்துக்கொண்டு வெளியேறும் நீர் போல் சளசளவென்று பேசும் ராமலிங்கத்தை அதிர்ச்சியாகப் பார்த்தார் பரமசிவம். “அதுக்கில்லப்பா நான் சொல்றது... வீட்டுக்கு மூத்தவன் எல்லார்கிட்டவும் கலகலப்பா சிரிச்சி பேசுனா நல்லாருக்கும்னு சொன்னேன்...” கண்கள் சுருக்கி ராமலிங்கத்தின் உதடுகளைக் கவனித்தார் பரமசிவம். அவன் முன்பு பேசிக்கொண்டிருந்த பேச்சினை நிறுத்தாமல் தொடர்ந்து பேசிக்கொண்டுதான் இருக்கிறான் என்பதைத் தாமதமாக உணர்ந்தார் பரமசிவம்.

“பேசுறது பெரிய விஷயம் இல்ல... பேசாம இருக்குறதுதான் பெரிய விஷயம். அதுதான் நல்லதும். எனக்கு நல்லது புரிஞ்சிருக்கு. நான் யாருங்குறத புரிஞ்சிக்கணும்னா பேசாம இருந்தாதான் சரியா வரும்... நீங்களும் அப்டியே இருங்க... மனசு விட்டுப் பேசினாதான் இங்க பல தொல்லைங்க...”

“சரிப்பா சரிப்பா... நான் ஒண்ணும் கேக்கல... நீ அமைதியாவே இரு...” ராமலிங்கத்தின் கையைப் பிடித்து அழுத்தினார். ராமலிங்கத்தின் உதடுகள் சொன்னதையே திரும்பத் திரும்ப

உச்சரித்துக் கொண்டிருந்தன. மனம் நிறைய வலியுடன் அவனையே பயத்துடன் பார்த்தபடி விலகினார். சாமிப்படத்துக்குக் கீழே இருந்த விபூதி அள்ளிவந்து ராமலிங்கத்தின் நெற்றியை அடர்த்தியாய் மூடிக்கொண்டிருந்த முடியைத் தூக்கிவிட்டு அழுத்தமாய் பூசிவிட்டார். ராமலிங்கத்தின் இமைகளிலும் நாசியிலும் சாம்பல் தூள் உதிர்ந்திருந்தன.

“இதுக்கு ஆசப்பட்டுதான் என்னன்னமோ பண்றோம். இதுகூட நிரந்தரமில்ல... காத்தோட போயிடும்னு தெரிஞ்சும் எவ்ளோ ஆட்டம் போடுது இந்த ஒடம்பு...” ராமலிங்கம் நிறுத்தாமல் பேசிக்கொண்டே இருந்தான். ஆனால் எவ்விதக் குழறலுமில்லாமல் தெளிவாய் இருந்தது பேச்சு. அன்றிரவு பத்து மணிக்கு மேல் ராமலிங்கம் அறைக்குள் சென்று படுத்ததும் கொல்லைப்புறத்தில் நாற்காலி போட்டு அமர்ந்தார் பரமசிவம். பரந்தாமனை அழைத்தார். பரந்தாமன் பின்னாலேயே உலகநாயகியும் கமலாவும் வந்தனர்.

“மேலேர்ந்து விழுந்த அதிர்ச்சியா இல்ல வேறெதுமான்னு தெரில... மனசளவுல ரொம்ப பாதிக்கப்பட்ருக்கான் ராமலிங்கம். கொஞ்சநாளா அவன் நடவடிக்கையே சரியில்லாமதான் இருந்துது. திடீர்னு காணாமப் போய் மறுபடியும் வந்ததிலேர்ந்து ரொம்ப மோசமா ஆய்டுச்சி... எதும் டாக்டர்கிட்ட காட்டலாமா...” பொதுவாய் கேட்டார் பரமசிவம்.

“ட்ரீட்மென்ட்டுக்குப் போறதெல்லாம் தாண்டிப் போய்டுச்சி மாமா... பால்ல தூக்க மாத்திர கூட கலந்து குடுத்துப் பாத்துட்டேன். நைட்டெல்லாம் தூங்காம எழுந்திரிச்சி ஒக்காந்து தனக்குத்தானே செவுத்தப் பாத்து பேசிட்ருக்காரு மாமா... அகிலன் உங்ககூட படுத்துக்குறதால கொஞ்சம் நிம்மதியா இருக்கு... இல்லைனா வளந்துவர்ற காலத்துல தான் அப்பா இப்டி இருக்காருன்னு அவனுக்குத் தெரிஞ்சா அவனும் அவர் மாதிரியே ஆனாலும் ஆய்டுவான்னு பயமாருக்கு... ஒரு மணி நேரம் தூங்குறாரு. எப்போ முழிக்கிறாருன்னு தெரியல... நடு ராத்திரி முழிச்சி பாத்தா ஏதேதோ ஒளறிட்டு கெடக்காரு... சொன்னதையே திருப்பித் திருப்பி சொல்றாரு... உங்ககிட்ட நான் எதும் சொல்றது இல்ல... பைத்தியத்தோட வாழணும்னு

என் தலையில எழுதிருக்குனு விதியேன்னு போய்ட்ருக்கேன்...” கமலா திமிறி வந்த அழுகையை உதடுகள் கடித்து அடக்கினாள்.

“பெரியாச்சி... என்ன வார்த்த சொல்ற... அப்டில்லாம் ஒண்ணும் ஆகாது... ஏதோ காத்து கருப்பு அடிச்சிருக்கு... சரியாகிடும் எல்லாம்.” பரமசிவத்தின் வார்த்தைகளும் நம்பிக்கையிழந்து பலவீனமாகவே ஒலித்தன.

“அண்ணனுக்கு ஏதும் தப்பான பழக்கம் இருக்கான்னு தெரில...அன்னிக்கி பீடிக்கட்டு பாத்தேன் பாக்கெட்ல... பாண்டியண்ணன் கடையில பால் பாக்கெட் வாங்கப்போனப்ப அவரும் சொன்னாரு. உங்கண்ணன் பீடிலாம் வாங்குறாருன்னு... ஒருநா சாயங்காலம் மதகடிப் பாலத்துலேர்ந்து வந்தத பாத்தேன். டெய்லி அங்கதான் போறாரு போல... தனியா வீட்டுக்குள்ள பேசிட்ருக்குறத உலக நாயகியும் பாத்துருக்கா... இப்பல்லாம் அவர பாத்தாலே பயமாருக்குன்னு சொல்றா... நம்ம வீட்டுல நடக்குறதால உண்மை இல்லைனு ஆய்டுமா... கஷ்டமா இருந்தாலும் ஒத்துகிட்டுதான் ஆகணும். டவுனுக்கு போய்தான் டாக்டர பாக்கணும்...” பரமசிவத்தின் காதுக்கு மட்டும் கேட்கும்படியாய் பேசினான் பரந்தாமன்.

“விசாரிடா... நானும் நெருக்கமானவங்ககிட்ட சொல்லி எதும் வேற வைத்தியம் பாக்கலாமான்னு பாக்குறேன். பயந்த அதிர்ச்சில கூட இப்டி ஆகலாம்ல... ஏதாவது எலுமிச்சம்பழம் மந்திரிச்சி போட்டுப் பாக்கலாம்ல...”

“டாக்டர்கிட்ட போகலாம்னா அவர்கிட்ட என்னன்னு சொல்லி மாமா கூட்டிட்டுப் போறது...” பரமசிவத்தின் முகத்தை நேருக்கு நேராய் பார்த்துக் கேட்டாள்.

“அதுக்காக இப்டியே விட்ரலாமா அண்ணி... நாளைக்கே வீட்டுக்குப் புதுசா ஒரு உயிர் வரப்போகுது. இவரு எந்த நேரத்துல எப்டி இருப்பாருன்னு யாருக்குத் தெரியும்... யார்கிட்டவும் எதும் பேசாம விட்டத்த பாத்துட்டுருந்தா ஆச்சா... சரி நாமளே போய் பேசலாமுன்னா அப்டியா அவர் ஆளு இருக்காரு... ஏதோ காட்டான் மாதிரி தாடியும் மீசையுமா... பெத்த புள்ள அப்பன்கிட்ட போக பயப்புடுறான்... என்னத்த

சொல்ல. சம்பாரிக்க வெளித்தெருவு போற ஆம்பளைங்க வீட்ல இப்டி ஒரு பைத்தியத்த வச்சிகிட்டு பயந்து கெடக்க முடியுமா சொல்லுங்க... இவளுக்கு வேற அடுத்த மாசம் வளகாப்பு... விசேசத்துக்கு வர்றவங்ககிட்ட இவரு எதாவது தப்பா நடந்துகிட்டா நாம எங்க போயி மூஞ்ச வச்சிக்கிறது... டெலிவரி செலவு வேற இருக்கு... நான் என் மாமனார் மாமியார கூட இப்போதைக்கி இங்க வர வேணாம்னு சொல்லிட்டேன்... ஏற்கெனவே வீட்டுல நடந்த சாவு ஏங்கிறதுக்கு இன்னும் சரியான பதில் கெடைக்கல. சீக்கிரம் ஏதாவது டாக்டர பாத்து காட்டிட்டு அங்கையே இவர சேர்த்துட்டு வந்தாலும் பயமில்லாம இருக்கலாம்...” பரந்தாமனின் குரலில் கோபமும் எரிச்சலும் மிகுந்திருந்தது.

“ஏதோ நம்ம குடும்பத்துல நடக்கக் கூடாதெல்லாம் நடக்குது... எல்லாம் கருப்புசாமி கண்ணுக்குதான் வெளிச்சம்... பாத்து செய்யிங்க... இந்த வயசுல இதெல்லாம் நான் பாத்துட்டு கெடக்கணுமா... எனக்கு ஒரு விடிவு வர மாட்டேங்குது” நாற்காலியிலிருந்து எழுந்தார் பரமசிவம்.

8

“இந்த ஒலகத்துக்கு யாரும் சும்மா வரலைனு தெரியும். காரணத்தோடதான் வந்துருக்காங்க. அது என்னன்னு தெரியாமலையே செத்துப்போறதுல்லாம் தேவையில்லாதது... புண்ணியகோடி அவசரப்பட்டுட்டான். நானாருந்தா கடைசி வரைக்கிம் இருந்து செத்துப் பாத்துருப்பேன். தொங்குறதுன்னா எவ்ளோ கஷ்டம் தெரியாம... என் பாட்டன் அப்பனுக்கெல்லாம் வராத கஷ்டமா அசிங்கமா... அவங்களுக்கு மரம் கெடைக்காமலா போயிடுச்சி... ஆசையா சாகவும் ஒரு கொடுப்பின வேணும். அதுலையும் சோறு போடுற சாமிய குத்தவாளி கூண்டுல ஏத்துற மாதிரி தெனந்தோறும் ரெண்டு வேள ஏறி தழுவுற ஒரு மரத்த குத்த உணர்ச்சிக்கு ஆளாக்கி பட்டுப்போக வைக்கிற மாதிரி ஒரு சாவுன்னா அது கொடும... நான் ஒருக்காலும் அப்டி சாவமாட்டேன். வாழ்றதே எப்டின்னு தெரியாதவங்கதான நாம... சாவுறது எப்பிடின்னு தெரிஞ்சிடுமா என்ன...எல்லாத்தையும் முழுமையா அனுபவிச்சவங்க யாரும் இங்க இருக்காங்களா... சந்தோசத்தையும் சுகத்தையும் முழுசா அனுபவிச்சவங்க கூட வலிய அனுபவிச்சிருக்க மாட்டாங்க... அப்படி அவங்க வலிய தொட்டுருந்தாங்கன்னா சின்ன சந்தோசமும் பெருசாத்தானே தெரிஞ்சிருக்கும்... அப்புறம்

எப்படி சந்தோசத்த பெருசா முழுசா அனுபவிக்க... மகிழ்ச்சியையும் துக்கத்தையும் சரியா தெரிஞ்சிக்காம ருசிக்காம மிச்சம் வச்சிட்டுதான் இந்த வாழ்க்கைய முடிச்சிக்கிறோம். அதனாலதான் பெரியவங்க சொல்லிருக்காங்க சின்னதோ பெருசோ சந்தோசத்தையும் துயரத்தையும் அப்பப்போ கெடைக்கிறப்போ அனுபவிச்சிடணும்னு... அடக்குனா வியாதின்னு சொல்ற மல மூத்திரத்த அடக்குற ஜனங்க சந்தோசத்த கொண்டாடுறத தள்ளிப்போடுறாங்க... துக்கத்த அடக்கி நீ என்ன பண்ணப்போற... வாய்விட்டு கதறி அழுது தீத்துட்டீன்னா ஒன் மனசு கழுவிவுட்ட கக்கூசு கணக்கா அத்தன பளபளப்பா இருக்கும்... அழுவுறதுக்கு அச்சப்படுறாங்களே... சபையில வாய்விட்டு சிரிக்க அசிங்கப்படுறாங்களே... சிரிக்கிறது அசிங்கம்னு நெனைக்கிறது மனுச செம்மத்துல மட்டும்தான்... மனசுவிட்டுப் பேசணும் சிரிக்கணும் அழணும்... அதுக்கு இங்க ஆளும் இல்ல; நேரமும் இல்ல. தான் என்ன நெனைக்கிறோம்கிறதையும் சொல்லாம அடுத்தவங்க என்ன நெனைக்கிறாங்கன்னும் தெரியாம ஊமை வாழ்க்க வாழ்ந்து செத்ததுக்கப்புறம் வாயிலையும் வயித்துலையும் அடிச்சிகிட்டு கத்தி அழுது என்ன பிரயோசனம்...இந்த நிமிசம் வயிறு நொம்ப சாப்புட்டு வெத்தல பாக்கு போட்டு மொத எச்சி முழுங்குறதுக்குள்ள பொட்டுனு மாரடப்பு வந்து பரலோகம் போனவங்கள பாத்துட்டுதான் இருக்கோம்... அப்புறம் எது நிச்சயம்...சோறும் நிச்சயமில்ல... ருசியும் நிச்சயமில்ல... பொறந்துருக்கவே கூடாது...பொறந்துட்டா வாலிபப் பருவத்துல ஞானம் வந்துடணும். அப்டி வராத முதிர்ச்சி சாகுற காலத்துல வந்து புண்ணியமில்ல... ஒன்கூட பொறக்குற ஒன்கூட வாழுற எல்லாருமே ஒனக்கொரு பாடத்த கத்துக் குடுத்துட்டுப் போக வந்தவங்கதான். யாரையும் வேணாம்னு தள்ளிட்டா நஷ்டம் ஒனக்குத்தான். அனுபவம்தான் எல்லாமே...அதுதான் வாழ்க்க. தோத்துப்போனாலும் சறுக்கி விழுந்தாலும் அத முழுசா அனுபவி... ஜெயிக்கிறதுன்னா என்னாங்குற முழு அர்த்தம் அப்பதான் ஒனக்கு தெரியும்.... இப்டி எதையும் தெரிஞ்சிக்காம கத்துக்காம அனுபவிக்காம அல்பாயுசுல போறதுக்கா ஒங்க அப்பன் ஆத்தா பெத்துப் போட்ருக்காங்க... சாக வேண்டிய

ஈனப்பிறவிகள்லாம் எல்லாத்தையும் அனுபவிச்சிட்டுப் போகணும்னு இருக்குறப்போ ஒனக்கென்ன கேடு... செம்மத்துல கேவலமானது நாய் செம்மம்னு சொல்வாங்க...பல பேர் பாக்க ஒடம்பு சொகத்த அனுபவிச்சிட்டு அசிங்கப்பட்டு கல்லடி பட்டு சேர்றதுக்கு ஆசப்பட்டு பிரியிறதுக்கு கஷ்டப்பட்டு அப்படிப்பட்ட நாயிங்களும் எல்லா அசிங்கத்தையும் அனுபவிச்சிட்டுதான் ஆயுள நீக்குது... அதனாலதான் அத கடைசி செம்மமா வச்சிருக்காங்க... அதுக்கப்புறம் எந்த செம்மமும் எடுத்து எதையும் அனுபவிக்கணும்னு அவசியமில்ல...மனுச செம்மத்துலேயே நாயிங்க கொஞ்சம் இருக்கு... அப்படிப்பட்டவங்கள்லாம் மனுசனுக்கு அடுத்து நாயிதான்... லொள் லொள்னு கொரச்சிக்கிட்டே போய்ச் சேர வேண்டியதுதான். புல்லு பூண்டுலேர்ந்து பல்லி பாம்பு வரைக்கும் வெசம் வச்ச கடவுள் மனுசனுக்கு மட்டும் விட்டு வைக்கவா போறான்...எங்க வைக்கிறதுக்கு தெரியாம ஒடம்பு பூரா பூசிவிட்டான் போல...பாக்குற கண்ணு பேசுற வார்த்த விடுற மூச்சுக்காத்து வரைக்கும் வெசமா இருக்கு. மனசு பூரா நஞ்சிருந்தா வெளிப்படுற எல்லாம் வெசமாதான் இருக்கும்...”

யாருமற்ற வனாந்திரத்திலும் மனிதர்கள் நிரம்பிய கூடத்திலும் பேசிக்கொண்டே இருந்தான் ராமலிங்கம்.

9

வளைகாப்புக்கு முதல்நாள் காலை வீட்டிலிருந்து வெளியேறிய ராமலிங்கம் மதகடிக்குப் போகாமல் நடக்கத் தொடங்கினான். ரயில் வருகிறதென்று கேட்டைப் போட்டிருந்தார்கள். இருபுறமும் வரிசையாய் வாகனங்கள் காத்துக்கொண்டிருந்தன. நடந்து செல்பவர்கள் ரயில் வருகிறதாவென இருபுறமும் பார்த்துக் குனிந்து கேட்டைக் கடந்தார்கள். ராமலிங்கம் கேட் திறப்பதற்காகக் காத்திருந்தான். சிறிது நேரம் கழித்து பெரும் சத்தத்துடன் 'ஊவ்வ்வ்வ்வ்வ்வ்வ்வ்...' என்று அதிர்ந்தபடி கடந்தது ரயில். நடக்கத் தொடங்கினான் ராமலிங்கம். ஊமை வெயில் பரவியிருந்தது. நிதானமான மௌனத்தில் நடந்து கொண்டிருந்தவனின் உள்ளுக்குள்ளே ஏதேதோ குரல்கள் கேட்டுக்கொண்டிருந்தன. அவ்வப்போது காதைப் பொத்திக்கொண்டு நடந்தாலும் குரல்கள் கதறுவது நிற்கவில்லை. எங்கே செல்கிறோம் என்ற எவ்வித யோசனையுமின்றி சென்றவனின் கண்களில் அவன் பட்டான். போக்குவரத்து குறைந்து வீடுகளே இல்லாத வெளிச்சாலைப் பகுதியில் அவன் நடந்துகொண்டிருந்தான். உடம்பெங்கும் அழுக்குடன் கைகளில் குப்பைகளைச் சுமந்தபடி முன்னால் சென்றுகொண்டிருந்தவன் கிழிந்து அழுக்கேறிய சட்டை அணிந்திருந்தான். தொடை

புட்டம் எல்லாம் வெளித்தெரியும்படி எல்லா இடங்களிலும் கிழிந்து அழுக்காய் தொங்கிக்கொண்டிருந்தது பேன்ட். அவன் உடம்பு முழுவதும் வியர்வை பூத்திருந்தது. தலையில் எண்ணெய் காணாமல் சிக்குப் பிடித்த தலைமுடி ஒன்றோடொன்று ஒட்டிக்கொண்டு பட்டையாய் படர்ந்திருந்தது.

எப்போது சூரியன் வெளிவந்தது என்றே தெரியவில்லை. வெயிலின் சூடு உறைத்தது. காற்றில் வினோதமான வாசனை பரவியது. மதகடிப் பாலத்துக்குக் கீழ் ராமலிங்கம் அனுபவிக்கும் வாசனை. செருப்பில்லாத கால்களில் முன்னால் வேகமாக நடந்துகொண்டிருந்தவன் திரும்பி ராமலிங்கத்தை நேருக்கு நேராகப் பார்த்தான். ராமலிங்கம் முதுகுத்தண்டில் சில்லென ஏதோ நழுவியது. ராமலிங்கத்தின் சாயலிலே இருந்தான் அந்த மனநிலை தவறியவன். லேசாகப் புன்னகைத்தது போல் இருந்தது. அழுக்கு நிரம்பிய சிரிப்பு. மடித்துக் கட்டிய வேட்டியை அவிழ்த்துவிட்டான் ராமலிங்கம். அடுத்த அடி எடுத்து வைப்பதற்கு ராமலிங்கத்தின் கால்கள் தயங்கின. ஆனாலும் உள்ளுக்குள் பதைபதைப்புடன் அவனைத் தாண்டிச் சென்றுவிடும் முனைப்பில் வேகமாய் நடந்தான். கூடவே அவனும் நடந்தான். ராமலிங்கத்தின் பார்வையில் அவன் மட்டுமே இருந்தான். வேறு எதுவும் இல்லை. அவன் ராமலிங்கத்தைப் பார்க்கவில்லையென்றாலும் அவன் பார்வை தன்னை நோக்கித்தான் உள்ளதெனத் தெளிந்தான் ராமலிங்கம். சூரியன் இறங்கி மறைவதைப் பார்த்தான். அவனை விட வேகமாகத் தான் நடக்கவில்லை என்று அப்போதுதான் உணர்ந்தான். கிட்டத்தட்ட காலையிலிருந்தே அவன் கூடவே தான் நடந்து கொண்டிருப்பதை உணர்ந்து நடுக்கம் கொண்டான். தனக்குப் பசியில்லாதது போலவே அவனுக்கும் பசியென்ற ஒன்று இல்லையே என ஆச்சரியமாய் யோசித்தான். முன்னால் சென்று கொண்டிருந்தவன் சாலையிலிருந்து திரும்பி ஒரு சந்துக்குள் நுழைந்தான். எதற்கோ கட்டுப்பட்டது போல் ராமலிங்கமும் சந்துக்குள் திரும்பினான். அது ஒரு ஒற்றையடிப்பாதை. இருபுறமும் செடிகள் சூழ்ந்திருந்த மண்பாதை நீண்டிருந்தது. பாதையின் முடிவில் டியூப்லைட்டுகள் கட்டப்பட்டு பாட்டுச் சத்தம் கேட்டுக்கொண்டிருந்ததை

தான் நின்றுகொண்டிருந்த பாதையின் தொடக்கத்திலேயே கவனித்தான் ராமலிங்கம். அப்படியே நின்றான். அடுத்த அடி எடுத்து வைப்பதற்கு கால்கள் தயங்கின. அந்த மண் பாதையின் இப்புறத்திலிருந்து அப்புறத்துக்கு ஒரு பாம்பு ஊர்ந்து சென்றது. மிக பருமனான தன்னுடம்பை நெளித்து நகர்ந்து கொண்டிருந்த பாம்பினையே பார்த்திருந்தவன் திடுக்கிட்டு நிமிர்ந்து பார்த்தான். முன்னால் சென்றவனைக் காணவில்லை. சந்துக்குள் திரும்பும்வரை கண்ணுக்குத் தென்பட்டவன் திரும்பியவுடன் எப்படி காணாமல் போகமுடியும். அவன் அந்தப் பாம்பைப் பார்த்தானா...பாம்பைத் தாண்டித்தான் முன் சென்றானா...திடீரென்று அவன் எப்படி இல்லாமல் போகமுடியும்... இது என்ன இடமென்றே தெரியவில்லையே... ராமலிங்கம் குழம்பினான். ‘இப்படித்தான் யாராவது ஒரு வழிய காட்டிட்டுப் போய்டுவாங்க...பின்னாடி போறதுக்கான மனசு உங்ககிட்ட இருக்கா...’ அவர்களின் அசரீரி கேட்டது.

ராமலிங்கத்தின் கால்கள் பாட்டுச் சத்தம் கேட்டுக்கொண்டிருந்த இடம் நோக்கி நகர்ந்தன. ஏதோ ஒரு கோவில் திருவிழா. சீரியல் பல்புகளில் ஜொலித்துக்கொண்டிருந்த அம்மனுக்கு அருகில் மேடை போடப்பட்டு ஆடல் பாடல் கச்சேரி நிகழ்ந்துகொண்டிருந்தது. தரையில் அமர்ந்து வேடிக்கைப் பார்த்துக்கொண்டிருந்த மக்கள் கூட்டம் கூடியிருந்த இடத்தில் ராமலிங்கம் சென்று அமர்ந்தான். சுற்றிலும் பார்த்தான். ஏன் இங்கு அமர்ந்திருக்கிறாய் என யாராவது வந்து கேட்பார்கள் என்று எதிர்பார்த்தான். கலர் கலராய் வெளிச்சம் பிதுக்கப்பட்ட மேடையில் யாரோ ஒரு ஆணும் பெண்ணும், ‘மயிலாடும் பாறையில நாங்க ஆடி வந்தோம்... மதுர மேங்காட்டு பொட்டலிலே மெடலு வாங்கி வந்தோம்...’ என சொந்தக்கதை சொல்லி ஆடிக்கொண்டிருந்தார்கள். கண்கள் மேடையிலும் காதுமடல் பாட்டுச் சத்தத்துக்கு திரும்பினாலும் ராமலிங்கத்தின் நாசிமுனை பழக்கப்பட்ட வாசனைக்குத் துடித்துத் திரும்பியது. அமர்ந்த இடத்திலேயே தலையைத் திருப்பிப் பார்த்தான். தீக்கங்கு தெரிந்த இடத்தின் மேலே புகை தன்னை எழுதிக்கொண்டிருந்தது. புகையின் அடர்த்திக்குப் பின்னால் இருந்த இருட்டில் புண்ணியகோடியின் சிரிப்புத்

தெரிந்தது. இருட்டின் பின்னணியில் மிதந்த புகை பெண்ணின் நிர்வாணத் தோற்றத்தைக் காட்டி நெளிந்தது.

எழுந்து அந்த இடம் நோக்கிச் சென்றான். அவனைப் பார்த்ததுமே பீடி புகைத்துக்கொண்டிருந்தவர்கள் எவ்வித யோசனையும் இன்றி அவனிடம் ஒரு பீடியை நீட்டினார்கள். புருவச்சுளிப்பில் கூட எந்தவிதக் கேள்வியும் இல்லாமல் இருந்தது ராமலிங்கத்துக்கு ஆச்சரியமாய் இருந்தது. பீடியை வாங்கி உதட்டில் வைத்ததுமே யாரோ ஒருவன் பற்றவைத்தான். புகையை உள்ளே இழுத்ததுமே ராமலிங்கம் உணர்ந்தான். இது முன்பு போல் இல்லை. நெஞ்சில் சின்னதாய் ஒரு தீ பரவியது. அவர்களைப் பார்த்துச் சிரித்தான். தனக்குப் பற்றவைத்தவன் லிப்ஸ்டிக் போட்டு பெண் உடை அணிந்திருந்ததை அப்போதுதான் கவனித்தான். எல்லாமே செயற்கையாய் இருந்தது. நெஞ்சில் பரவிய அந்த தீயைத் தவிர... அங்கிருந்தவர்கள் ஒவ்வொருவராய் அவ்வப்போது மேடைக்குச் சென்று டான்ஸ் ஆடிவிட்டு வந்தார்கள். மேடையிலிருந்து வந்த ஒரு பெண் பீடி புகைத்துக்கொண்டிருந்தவர்களின் உதட்டிலிருந்து பிடுங்கி தன் உதட்டில் வைத்து இழுத்தாள். அவளின் மார்புப் பிதுக்கல் அவளை நிஜமான பெண்ணாக அறிவித்தது. ஆண்களும் பெண்களும் திருநங்கைகளும் கூடியிருந்து நடத்திய கன்னியம்மன் திருவிழா அது. நள்ளிரவுக்கு மேல் ஆட்டம் நின்றது. மைக் செட் ஸ்பீக்கர் லைட்டுகளுக்கு சொந்தக்காரன் அவசர அவசரமாய் எல்லாவற்றையும் அவிழ்த்துக்கொண்டிருந்தான். மக்கள் கூட்டம் கலையத் தொடங்கியதும் ஆட்டமாய் ஆடியவர்களும் சற்றுத்தள்ளி இருட்டில் நிறுத்தி வைக்கப்பட்டிருந்த வண்டியை நோக்கி நடந்தனர். ராமலிங்கமும் அவர்களின் பின்னாலே சென்றான். ராமலிங்கத்தின் தோளைப் பற்றி நிறுத்தினான் பீடி தந்தவன்.

“தாடியும் மீசையுமா ஆளே ஒரு டைப்பாருந்தப்பவே கணிச்சேன். போக்கிடம் இல்லாம கௌம்பிட்டீரு. நாங்க செஞ்சிலேர்ந்து வர்றோம். வருசாவருசம் சொர்க்கபுரம் வந்து கன்னியம்மன் சாமிக்கி எங்க கலைய காணிக்கையாக்கிட்டுப் போவோம்... இன்னிக்கி பூச முடிஞ்சிட்டு. எங்க கூட செஞ்சிக்கி வர்றதுன்னா வாங்க. தங்கிக்கலாம். எந்தக் கொறையுமிருக்காது...” குரலில்

லேசான பெண்மை மின்னியது. டான்ஸ் ஆடுவதற்காக இரு புருவங்களிலும் தடவியிருந்த ஜிகினா பேப்பர்கள் முகம் அசைத்துப் பேசியதில் உதிர்ந்தன. ராமலிங்கம் புன்னகைத்தான். அவர்களுடன் வண்டியில் ஏறினான். அது ஒரு மினி லாரி. அவர்களின் மேக்கப் சாமான்களும் பெட்டி படுக்கைகளும் அவர்களுமாய் குழுமியிருந்தனர் வண்டிக்குள். விதம்விதமான வாசனைப் பவுடர்களும் திரவியங்களும் வியர்வையில் நனைந்து அந்த இடத்தின் காற்றினைக் கொஞ்சம் முகம் சுளிக்க வைத்தது. ராமலிங்கத்துக்கோ அவர்களுக்கோ அதை உணர அந்த இரவு எந்த வாய்ப்பும் தரவில்லை. ஓரிருவரைத் தவிர மற்ற அனைவரும் போதையின் ஆக்ரமிப்பில் இருந்தனர். நடுவில் வண்டியை நிறுத்தி ஏதோ ஒரு நள்ளிரவு ஹோட்டலில் சாப்பிட்டார்கள். ராமலிங்கமும் அவர்களோடு சேர்ந்து சாப்பிட்டான். ராமலிங்கம் சாப்பிட்ட வேகத்தைப் பார்த்து அவனை அழைத்துக்கொண்டு செல்லக் கேட்டவன் கையெடுத்துக் கும்பிட்டான். கவனித்த ராமலிங்கம் அதற்கும் சிரித்தான். "உன் சிரிப்பு அம்புட்டு அழகாருக்குய்யா..." என்றான் காதோரமாய் அவன்.

மறுநாள் செஞ்சியில் வண்டி நின்று அனைவரும் இறங்கும்போதே ராமலிங்கமும் இறங்கினான். வண்டியிலிருந்து பொருட்களை இறக்கினார்கள். அவர்கள் வீட்டுக்குள் தங்கள் பொருட்களை அடுக்கி வைத்துக் கொண்டிருக்கும்போதே அவர்களிடம் எதுவும் சொல்லாமலே நடக்கத் தொடங்கினான். "யோவ் எங்கய்யா போற... ராஜி உன் ஆளு உன்ன விட்டுட்டுப் போகுது பாரு" என்றது கூட்டத்தில் ஒரு குரல். ராஜி என்றழைக்கப்பட்ட அவன், "ஏய் விடுப்பா...அது சாமின்னு எனக்கு அப்பவே தெரிஞ்சிடுச்சி... நம்மகிட்ட ஒரு வார்த்த பேசுனுச்சா அது... சிரிப்பும் அமைதியுமாதான இருந்துச்சி... பாவம் நெறைய பட்ருக்கும் போல... எத்துக்காலு வேற... எங்கியாது போய் உந்தி உந்தியே பொழச்சிக்கட்டும் விடு..." பெருமூச்சு ராமலிங்கத்தின் முதுகைச் சுட்டது. கால் தாங்கித் தாங்கி ராமலிங்கம் செல்வதையே அனைவரும் பார்த்துக்கொண்டிருந்தனர். நடந்தபடி நிமிர்ந்து பார்த்த ராமலிங்கத்தின் கண்களில் மலை தெரிந்தது. அதன் பரந்த பிரமாண்டம் அவனை ஈர்த்தது. மலையைப் பார்த்தவாறு நடக்கத் தொடங்கினான். அவன் செல்லச் செல்ல மலையும்

பின்னால் நகர்ந்துகொண்டே இருந்தது. மலையைத் துரத்திய வண்ணம் நடந்தான் ராமலிங்கம். பல இரவுகள் பல வெயில் நாட்கள் கடந்தான். கால்கள் இறுகிப்போயின. ஏதோ ஒரு பாடலின் தொடக்க ஹம்மிங் போல் ஒரு குரல் மட்டும் அவன் காதுக்குள் கேட்டுக்கொண்டே இருந்தது. வெயில் முடிந்து இரவு சூழ விடிந்து பரவிய சாம்பல் வெளிச்சத்தில் பெய்த மழையில் நனைந்தபடி நடந்தான். திருவண்ணாமலை அவனை வரவேற்றது.

10

அருணாச்சலேஸ்வரன் உண்ணாமுலையம்மாள் சன்னிதியின் ராஜகோபுரத்துக்கு நேர் எதிரில் வந்து நின்று கோபுரத்தை நிமிர்ந்து பார்த்த ராமலிங்கத்துக்கு தலை சுற்றிக்கொண்டு வந்தது. பதினோரு மணி வெயிலில் கோபுரத்தின் பின்னால் தெரிந்த மலை பளபளத்தபடி அமைதியில் உறைந்திருந்தது. மலையையே உற்றுப்பார்த்துக்கொண்டிருந்த ராமலிங்கத்தின் கண்கள் தானாகவே செருகி மூடிக்கொண்டன. கால்களில் ஏறிக்கொண்டிருந்த சூட்டினைக் கவனித்தவாறே அப்படியே தளர்ந்து விழுந்தான். பல நாட்கள் அலைச்சலில் மிகவும் களைத்திருந்தான் ராமலிங்கம். உடம்பில் இருந்த நீரெல்லாம் வியர்வையாய் மாறி வெளியேறி இருந்ததில் எந்தவித தெம்பும் இன்றி வறண்டிருந்தது அவன் உடம்பும் மனமும். அணிந்திருந்த வெள்ளை சட்டையிலும் வேட்டியிலும் நடந்து வரும்போது நனைத்த மழையின் ஆக்ரமிப்பும் காய்ந்த வெயிலின் சுவடும் படிந்திருந்தன. தன்னை மறந்து நிலத்தில் வீழ்ந்திருந்த ராமலிங்கத்தின் உடம்பில் திருவண்ணாமலை வெப்பம் ஏறிக்கொண்டிருந்தது.

ராமலிங்கம் கண் விழிக்கும்போது சாயங்காலம் நெருங்கிக் கொண்டிருந்தது. ஆனாலும் வெயில் குறைந்திருக்கவில்லை.

எழுந்து அமர்ந்தவன் தன் முகத்தில் படிந்திருந்த மண்ணின் தூசியை விரலால் தொட்டுப் பார்த்தான். எச்சில் விழுங்கினான். தொண்டையை எரித்துக்கொண்டு உருண்டையாய் ஒரு வலி இறங்கியது. கை ஊன்றி எழுந்தவன் தள்ளாடினான். எந்தப் பக்கம் போவது என்று தெரியாமல் கண்களைச் செருகியவன், இடதுகை பக்கமாய் மெதுவாக நடந்தான். சாப்பாடு தயார் என்ற பலகையை எடுத்து உள்ளே வைத்துக்கொண்டிருந்தார்கள் அவன் பார்த்த முதல் ஓட்டலில். டீக்கடையில் டீ மாஸ்டர் ஒரு குவளை சூடான பாலை மேலே உயர்த்தி ஆற்றிக்கொண்டிருந்தார். அழுக்கு ஆடையுடன் உடம்பெங்கும் படிந்த மண்ணுடன் ஒற்றைக்காலைத் தாங்கி தாங்கி சாலையில் நடந்துகொண்டிருந்த ராமலிங்கத்தை சில கண்கள் அருவருப்புடன் கவனித்தன. தங்கள் நாசியையே எட்டியிராத ராமலிங்கத்தின் துர்வாசனைக்கு மூக்கைச் சுளித்தனர். கடைகள் முடிந்து வீடுகள் எட்டிப்பார்த்த இடத்துக்கு நேர் எதிரே ஒரு அடிபம்பைப் பார்த்தான் ராமலிங்கம். உபயோகத்தில் இருப்பதை பைப்பைச் சுற்றிப் பரவியிருந்த ஈரம் காட்டியது. கைப்பிடியைப் பிடித்து உயர்த்தி இறக்கினான். கைகளில் மௌனமாய் ஒரு வலி பரவியது. தண்ணீர் கொப்பளித்துக்கொண்டு வெளியேறியது. ஒரு கையால் பைப்பை அடித்துக்கொண்டு இன்னொரு கையால் பைப்பின் வாயைப் பொத்திக்கொண்டான். ஒரு கை அழுத்தம் அதிகம் வேண்டியது. கை வலித்தது. ஒருமுறை கைப்பிடியை இறக்க இரண்டு கைகளின் அழுத்தமும் தேவைப்பட்டது. பைப்பைப் பிடித்தபடியே நிமிர்ந்து சுற்றிலும் பார்த்தான். ரோட்டில் போய்க்கொண்டிருந்த காவி உடை அணிந்த ஒருவர் அவனையே பார்த்துக்கொண்டு போனார். சந்தின் முனையில் திரும்பிய ஒருவர் ராமலிங்கத்தைப் பார்த்துவிட்டு அருகில் வந்தார். “நான் அடிக்கிறேன். போய் குடிங்க” என்றார். அனிச்சையாய் ராமலிங்கத்தின் கைகள் அவரை நோக்கிக் கும்பிட்டன. இரு கைகளாலும் தண்ணீரைப் பிடித்துக் குடித்தான். முதல் மிடறு தொண்டையைத் தாண்டி உள்ளே சென்றதும் உடம்பு முழுவதும் பெரும் வலி பரவியது. அடுத்த முறை பொங்கிய தண்ணீர் ராமலிங்கத்தின் ஆடையை நனைத்தது. மிகவும் சிரமப்பட்டு தண்ணீரைக் குடித்தவன் போதும் என்று சொல்லக்கூட தெம்பில்லாமல் அங்கிருந்து நகர்ந்தான். கீழே நனைந்திருந்த

வேட்டியெல்லாம் சாலை மண் ஒட்டியது. வெட்டப்படாத கால் நகத்தின் பிசிரில் வேட்டி முனை சிக்கி இழுத்தது. தடுமாறியபடியே கிரிவலப்பாதையில் நடக்கத் தொடங்கினான்.

அக்னி லிங்கம் கடந்து மேலே செல்ல கால்களில் நடுக்கம் அதிகமானது. தான் கடைசியாய் சாப்பிட்டது எப்போது என்று யோசித்துப் பார்த்தான். எல்லாமே மறந்திருந்தது புரிந்தது. இடது பக்கமாய் தெரிந்த சிறியதான ஒரு கோவில் வாசலில் அன்னதானம் வழங்கிக்கொண்டிருந்தார்கள். பொட்டலத்தில் உணவு. வெளிச்சத்தைத் தொலைத்துவிட்டு அவசர அவசரமாக இருட்டுக்குள் நுழைந்துகொண்டிருந்தது சாயங்காலம். காவி வேட்டி துண்டுடன் நிறைய சாமியார்கள் தென்பட்டனர். அருகில் சென்ற ராமலிங்கம் கூட்டத்தைப் பார்த்துவிட்டு விலகி வந்து நிற்க முடியாமல் சாலை ஓரமாக அமர்ந்தான். கண்கள் மட்டும் உணவுப் பொட்டலங்கள் வாங்கிவிட்டு தன்னைக் கடந்து போகும் மனிதர்களையே பார்த்தவண்ணம் இருந்தன. பொட்டலம் வாங்கிக்கொண்டு ஒருவர் ராமலிங்கம் அமர்ந்திருந்த இடம் நோக்கி வந்தார். காவி வேட்டி அணிந்திருந்தவரின் நெஞ்சின் மீது நிறைய ருத்திராட்ச மாலைகள் தொங்கின. அடர்த்தியாய் வளர்ந்திருந்த தலைமுடியை சுருட்டி கொண்டையாக்கியிருந்தார். அகன்ற தோள்களும் விரிந்த மார்பும் துறவியின் கோலத்துக்கு ஒட்டாமல் இருந்தாலும் போஷாக்கான தொப்பை அவரின் குந்தித் தின்னும் செயலுக்குப் பொருத்தமாயிருந்தது. பார்வையில் கத்திக்கூர்மை. அவரின் ஆகிருதியான தோற்றம் கண்ட ராமலிங்கத்தின் கைகள் தன்னிச்சையாக அவரை நோக்கி ஏந்தின. கடந்து சென்றவரின் பார்வை காய்ப்புக் காய்த்து இறுகியிருந்த ராமலிங்கத்தின் உள்ளங்கைகளைப் பார்த்தன. தன் கையிலிருந்த இரண்டு பொட்டலங்களில் ஒன்றை ராமலிங்கத்திடம் நீட்டினார். கைகள் நடுங்கப் பெற்றுக்கொண்டான்.

இரு கால்களையும் நீட்டி அமர்ந்து மடியில் பொட்டலத்தை வைத்துப் பிரித்தான். எலுமிச்சை சாதம் நடுவில் கொஞ்சமாய் புதினா துவையல். தெரு விளக்குகள் எரிய ஆரம்பித்தன. சோற்றோடு துவையலையும் சேர்த்துப் பிசைந்து விழுங்கினான். வறண்டு உணர்ச்சியற்றுக் கிடந்த நாக்குக்கு சுவை தெரியத்

தொடங்கியது. ஐந்தாவது உருண்டை விழுங்கியதும் விக்கல் வந்தது. காய்ந்துபோய் கிடந்த வயிற்றில் சோறு விழுந்ததும் தொடங்கிய விக்கல். பொருட்படுத்தாமல் சாப்பிட்டுக்கொண்டிருந்தான். நாக்கில் பரவிய ருசி கொஞ்சமாய் உமிழ்நீர் ஊறச் செய்தது. அதை 'இக்...' விழுங்கிக் 'இக்...' கொண்டே 'இக்...' சோற்றை 'இக்...' முழுவதும் 'இக்...' சாப்பிட்டு 'இக்...' முடித்தான். விக்கல் நின்றபாடில்லை. உள்ளே சென்றிருந்த ஆகாரம் தந்த தெம்பில் எழுந்து நின்றான் ராமலிங்கம். கால்களில் நடுக்கம் குறைந்திருந்தது. கண்ணுக்கெட்டிய தொலைவில் தெருவிளக்கின் கீழே அடிபம்பைப் பார்த்தான். நடந்தான். அருகில் செல்ல செல்லத்தான் தெரிந்தது அந்த அடிபம்புக்குப் பக்கத்தில் நகராட்சி குடிநீர் பைப்பும் இருப்பது. பைப்பைத் திருகினான். பீய்ச்சி அடித்தது தண்ணீர். குனிந்தவாக்கில் குழாயின் அருகில் கைகளைக் குவித்து தண்ணீர் குடித்தான். தொண்டை வலியின்றி பயணப்பட்ட தண்ணீர் அவன் வயிறு முழுவதும் சேகரமானது. நிமிர்ந்தவன் ஆச்சரியமாய் ஏப்பம் விட்டான். சற்றுத்தள்ளி கிடந்த ஒரு சிமெண்ட் கல்லின் மீது அமர்ந்தவன் கண்கள் செருகிக்கொண்டு வர மல்லாக்கச் சரிந்து படுத்து கண்களை மூடினான். அன்று இரவு திருவண்ணாமலை முழுதும் ஈரத்தில் நனைந்து குளிர்ந்து போகும்படி பெருமழை பெய்தது. சிமெண்ட் கல்லின் மீது ஒருக்களித்துப் படுத்திருந்த ராமலிங்கத்தின் மீது மொத்த மழையும் கொட்டித் தீர்த்தது. எந்த அசைவுமின்றி விடியும்வரை ஆழ்ந்து உறங்கினான் ராமலிங்கம்.

சோம்பலாய் வந்து பரவியது சூரியன். யானை ஒன்று அமர்ந்து எழுந்தது போல ராமலிங்கத்தின் உடம்பின் மீது ஒருவித பாரமும் வலியும் கூடியிருந்தது. முக்கல் முனகலுடன் எழுந்து அமர்ந்தான். நனைந்த ஆடையில் சூரிய ஒளி பரவப்பரவ உடை காய்ந்து உடம்பில் சூடு ஏறியது. அவன் அமர்ந்த இடத்துக்கு நேரே ஒரு டீக்கடை சுறுசுறுப்பாய் இயங்கிக்கொண்டிருந்தது. நின்றபடியே மக்கள் டீ குடித்துக்கொண்டிருந்தனர். கடைக்குப் பக்கத்தில் கிடந்த சிமெண்ட் கல்லின் மீது இருவர் அமர்ந்திருந்தனர். அவர்களின் கையிலும் டீ கிளாஸ் இருந்தது. எழுந்த ராமலிங்கம் சாலையைக் கடந்து டீக்கடைக்குச் சென்றான். டீ மாஸ்டர்தான் கடைக்கும் ஓனர் போலும். கடைக்குள்ளே வேறு யாரையும் காணவில்லை. ராமலிங்கத்தைப் பார்த்ததும் ஒரு கிளாஸில் டீ

போட்டு இரண்டு முறை ஆற்றினார். டீ குடித்துக்கொண்டிருந்த இன்னொருவரிடம் தந்து,

"தம்பி... இந்த டீய நம்ம வாடிக்கைகிட்ட குடுங்க..." என்றபடி கண்ணைக் காட்டினார். லேசான புன்னகையுடன் கிளாஸை வாங்கியவர் ராமலிங்கத்திடம் நீட்டினார். ராமலிங்கம் கிளாஸை வாங்கி இரு உள்ளங்கைகளில் வைத்து உருட்டினான்.

கீழே அமர்ந்து டீ குடித்துக்கொண்டிருந்தவர், "பரவால்லியே... பார்ட்டி பக்குவமாதான் டீ குடிக்கிது. ஏன் ராஜாண்ணே... சார் யாரு உங்களுக்குத் தெரிஞ்சவரா...?" என்றார் டீக்கடை முதலாளியைப் பார்த்து.

"யாருக்குப்பா தெரியும்... இப்படித்தானே எல்லாரும் இங்க வர்றாங்க... கொஞ்ச நாள்ல காவி கட்டிகிட்டு கழுத்துல கொட்டையும் மாட்டிக்கிறானுங்க... திருணாமலையில கட வச்சிட்டு இதக்கூட செய்யாட்டி எப்பிடி...?" என்றார் சூடான பாலை ஆற்றிக்கொண்டே.

டீ குடித்துக்கொண்டிருந்த இன்னொருவர், "இன்னிக்கி கிரிவலம்ல... இப்பதான் கூட்டம் பெருக ஆரம்பிச்சிடுச்சே... மக்களுக்கும் தும்பம் அதிகரிச்சிப்போச்சி. எங்க போறதுன்னு தெரியாம எங்கங்கையோ போயிட்ருக்கு... இந்த மாதிரி ஆட்களும் பௌர்ணமிலதான் இங்க அதிகமா தென்படுது... மூள கொதிச்சிப்போயி வீட்லேர்ந்து ஓடி வந்துடும் போல... பைத்தியம்னு நெனைக்காத ராஜா... கொஞ்சம் கொஞ்சமா சாமியார்னு ஆகி நமக்கே ஆசி குடுப்பாங்க..." என்றார்.

உதடுகளைச் சுள்ளென சுட்டது டீ. தொண்டையில் இறங்க மறுத்தது அருந்தியிருந்த டீ. பாதி டீ கிளாஸில் இருந்தது. குனிந்து தரையில் கிளாஸை வைத்தான் ராமலிங்கம். ஒரு கையால் வேட்டியைப் பிடித்துக்கொண்டு அங்கிருந்து விலகினான்.

"அட... இங்க பாருய்யா... கோவக்கார கிறுக்கன் போல... பாவம்பா எத்துக்காலன் வேற... பிச்சைக்காரனுக்கும் பைத்தியத்துக்கும் இப்பிடி ரோசம் இருந்துச்சின்னா இன்னும் பத்து வருசத்துல ஒலகம் எங்கையோ மாறிடும்டோய்..." என்றான் டீ கிளாஸ் தந்தவன்.

“இன்னும் பத்து வருசம்னா... ரெண்டாயிரத்துலையா... ரெண்டாயிரத்துலதான் ஒலகம் அழியப்போகுதாம்பா...” என்றார் டீ மாஸ்டர்.

“இவனுங்க மாதிரி ஆளுங்க இருந்தா கண்டிப்பா அழிஞ்சிடும்... ஆள பாத்தா பத்து ஆள ஒத்த ஆளா அடிப்பான் போல... இப்டி திரியிறான்...”

எல்லோருடைய குரலும் ராமலிங்கத்தின் காதில் விழுந்தது. மனதை ஏதோ செய்தது. தொடர்ந்து நடக்க முடியாமல் அலுப்பாய் இருந்தது. அவன் பாதைக்கு எதிரில் காவி உடை அணிந்தவர்கள் கும்பலாக வந்தார்கள். அந்தக் காலையில் குளித்திருந்தார்கள். நெற்றியில் விபூதி பட்டையாய் பூசியிருந்தார்கள். சிலர் மட்டுமே பேசிக்கொண்டு வந்தார்கள். மற்ற எல்லோரும் மௌனமாக ராமலிங்கத்தைக் கடந்து சென்றார்கள். யாரோ ஒருவர் அவனை நிமிர்ந்து பார்த்துவிட்டுப் போனார். நடைபாதையிலே தளர்ந்து அமர்ந்தான். முதல் நாள் இரவு பெய்த மழைக்குச் சம்பந்தமில்லாமல் காலையிலேயே வெயில் சுள்ளென்று உறைக்கத் தொடங்கியது. அமர்ந்த இடத்தை விட்டு நகராமல் அப்படியே இருந்தான். கழுத்தில் கை வைத்துப் பார்த்தான். லேசாய் சுட்டது. காய்ச்சல் வரும்போல் தெரிந்தது. திடீரென்று ஒரு பயம் சூழ்ந்தது. இப்படியே காய்ச்சல் அதிகமாகி செத்துப்போய்விட்டால்... இதற்குத்தானா இங்கே வந்தோம் என்று யோசித்தான். எழுந்தான். கோயில் நோக்கி நடந்தான். நகராட்சியில் வேலை பார்ப்பவர்கள் பிளீச்சிங் பவுடர் தூவிக்கொண்டு வந்தார்கள். நேற்றை விட இன்று மக்கள் நடமாட்டம் அதிகமாய் இருப்பதை உணர்ந்தான். கோவிலின் உள்ளே போகாமல் வாசலிலே அமர்ந்தான். தொடை இடுக்கில் எரிச்சல் கூடியிருந்தது. அரிப்பு எடுத்தது. சொறிந்தால் புண்ணாகிவிடுவோமெனப் பயந்தான். கையால் தொடைப்பகுதியை நீவிவிட்டான். அவன் அருகில் ஐம்பது பைசா நாணயம் உருண்டு வந்து விழுந்தது. நிமிர்ந்து பார்த்தான். யாரோ ஒரு பெண்மணி அவனுக்குக் காசு போட்டுவிட்டு விலகுவது தெரிந்தது. அவன் அருகில் யாருமில்லை. யாசகர்கள் யாரும் இல்லாத இடம் பார்த்துதான் அமர்ந்தான். இருந்தும் அவனைப் புது யாசகனாய் உருவாக்கிவிட்டு காலம் நகர்ந்தது.

மதியத்துக்கு மேல் பசித்தது. எழுந்து சென்று தண்ணீர் குடித்துவிட்டு அமர்ந்தான். சாயங்காலத்துக்குப் பிறகு மனிதர்களின் நடமாட்டம் அதிகமானது. கோவிலிலும் கூட்டம் அதிகமாக எழுந்து கிரிவலப் பாதையில் நடக்கத் தொடங்கினான். அக்னி லிங்கம் வாசலில் அமர்ந்தான். அவன் அருகில் அமர்ந்திருந்த காவி உடை அணிந்தவர்கள் அவனை முறைத்துப் பார்த்தனர். மஞ்சளாய் வானில் நிலா வந்தது. உற்றுப்பார்த்துக்கொண்டே இருந்தான்.

அவனை மீறி கண்களிலிருந்து நீர் வழிந்தது. "நான் ஏன் இங்க வந்தேன். எனக்கு என்ன வேணும்... எனக்கெல்லாம் ஏன் பசிக்கிது... நான் என்ன பாவம் செஞ்சேன்... என்ன சுத்தி இவ்ளோ பேர் இருக்காங்களே எனக்கு மட்டும் ஏன் இப்டி நடக்கணும்... இவ்ளோ கொடுமைய அனுபவிக்க நான் அப்படி என்ன பாவம் பண்ணேன்..." வட்டமான பெரிய பௌர்ணமியைப் பார்த்தவாறு வாய்விட்டுக் கதறிக்கொண்டிருந்தான். அழுகையில் உடல் குலுங்கி ஓய்ந்தது. சம்மணமிட்டு அமர்ந்த நிலையில் அழுதுகொண்டிருந்த ராமலிங்கத்தை இரண்டு சாமியார்கள் அருகில் வந்து பார்த்துப் போனார்கள். அவன் காலடியில் சிதறியிருந்த சில்லறைக் காசுகளைப் பொறுக்கிக்கொண்டு விலகினார்கள். எதையும் கவனிக்காமல் அழுதுகொண்டே இருந்தான் ராமலிங்கம். தங்கள் துயரங்கள் தீர கிரிவலப் பாதையில் நடந்த பலதரப்பட்ட மனிதர்கள் கண்களில் அழுதுகொண்டிருந்த ராமலிங்கம் படவே இல்லை.

11

பித்தின் தெளிவு

மூன்று நாட்கள் கோவிலுக்கும் கிரிவலப் பாதைக்கும் அலைந்துகொண்டிருந்த ராமலிங்கம் களைத்துப்போய் விழுந்த இடம்தான் ஈசா ஓட்டல். கல்லாவில் அமர்ந்திருந்த முதலாளி மயங்கிக்கிடந்த ராமலிங்கத்தைப் பார்த்து ஓட்டல் ஊழியர்களை அழைத்து ராமலிங்கத்தை எழுப்பச் சொன்னார். தண்ணீர் தந்து முகத்தைக் கழுவச்சொல்லி குடிக்கத் தேநீர் தந்தவர்கள் ஓட்டலின் உள்ளே அழைத்து உட்காரச்சொல்லி இலை போட்டார்கள். சாப்பிட்டு முடித்துக் கிளம்பியவன் முதலாளியைப் பார்த்துக் கை கூப்பினான்.

“வேலை தந்தா செய்றியாப்பா...” என்றார் ராமலிங்கத்தைப் பார்த்து முதலாளி. முதலாளிக்கு நாற்பது வயதிருக்கும். கறுப்பாய் உருண்டையாய் இருந்தார். கன்னங்களில் போஷாக்கு மிளிர்ந்தது. நெற்றியில் சந்தனமும் குங்குமமும் சமமாய் தீற்றியிருந்தார். பளிச் ஷேவ். அடர்மீசை பட்டையாய் தோலினை ஒட்டி வளர்ந்திருந்தது. வயதுக்கு மீறிய பருமனாய் இருந்தாலும் உழைப்பின் உறுதியில் தளர்வு எதுவும் இல்லை. நிமிர்ந்து முதலாளியின் முகத்தைப் பார்த்த ராமலிங்கம் எதுவும் பேசாமல் தலையாட்டினான்.

“டேய் சங்கரு... மேல ரூம காட்டிவுடு... ஒன் வேட்டி இருந்தா ஒண்ணு குடுடா...” என்றார் அதிகாரமாய். ஓட்டலின் உள்ளேயே மரத்திலான மரப்படிக்கட்டுகள் மேலே சென்றன. சங்கரின் பின்னால் சென்றான் ராமலிங்கம்.

“என்னஙக்கய்யா... மயங்கி வுழுந்தவன கூப்புட்டு ஒருவேள சாப்பாடு போட்டு அனுப்புவீங்களா... வேலைக்கு சேக்குறீங்க... அவன் யாரோ என்னவோ...” என்றான் நெற்றியில் திருநீறு பூசியிருந்த சப்ளையர்.

“தெரில கலியா... தண்ணி குடிச்சிட்டு மூஞ்ச கழுவிட்டு தொடச்சதும் பளிச்னு மனசுல பட்டுது. இந்த மண்ணுல கால வச்சிருக்கார்ல... சாப்பிட்டதும் முகத்துல தெரிஞ்ச தெளிவ கவனிச்சியா... அவர் முகத்துல தப்பா ஏதும் தெரியல... கேட்டுப் பாப்போம்னுதான் கேட்டேன். அவர் வேணாம்னு சொல்லிட்டுப் போயிட்டாருனா நமக்கொண்ணும் நட்டமில்லியே...”

ராமலிங்கம் ஈசா ஓட்டலில் வேலைக்குச் சேர்ந்தான். ஓட்டலின் மேலே சிமென்ட்டால் மெழுகப்பட்ட பெரிய அறை இருந்தது. தாராளமாய் ஐந்து பேர் கால் நீட்டி படுத்து தூங்கும் வசதியுள்ள இடம். மேலே பொருட்கள் வைத்துக்கொள்ள செல்ஃப் கட்டப்பட்டிருந்தது. அறையுடன் சேர்ந்திருந்தது குளியலறையும் இண்டியன் டாய்லெட்டும். ராமலிங்கத்திடம் பொருள் என்று ஏதுமில்லை. முதலில் குளியலறையில் வைக்கப்பட்டிருந்த நகவெட்டியால் நகம் வெட்டி சீராக்கினான். சோப்பு எதுவும் போடாமல் அறையில் இருந்த சீயக்காய் தூள் போட்டுக் குளித்தான். சுத்தமானான். உடன் வேலை பார்த்தவர்களும் முதலாளியும் ராமலிங்கத்தின் தெளிவான மாற்றத்தை ஆச்சரியமாய் கவனித்தார்கள். ஆனால் எவருடனும் பேசாமல் ஒதுங்கியே இருந்தான். வந்த நாளன்று அவன் இருந்த நிலையைப் பார்த்து சக ஊழியர்கள் யாரும் அவனிடம் எதுவும் கேட்கவில்லை; பேசவில்லை. வரும் வாடிக்கையாளர்களிடம் என்ன வேண்டும் எனக் கேட்கும்போதும் அவர்கள் சொல்வதை பின்னால் சமையல் கட்டில் சொல்லும்போது மட்டும் அவன் குரல் வெளியே கேட்கும். மற்றபடி மௌனமாகவே இருந்தான்.

உடன் வேலை பார்ப்பவர்கள் ராமலிங்கத்தை ஊமைச்சாமி என்று அழைக்கத் தொடங்கினார்கள். அது சமயங்களில் இகழ்வாகவும் வெளிவந்தது.

முதல் மாதம் சம்பளம் தரும்போது ராமலிங்கத்தைத் தனியாய் அழைத்த முதலாளி, “ஊமச்சாமி... உங்க பேரென்னங்க... ஒண்ணுமில்ல... உங்க பேர்ல பேங்க்ல அக்கவுன்ட் ஆரம்பிச்சி விட்டேன்னா மாசாமாசம் சம்பளத்த அதுல போட்டு வுட்ருவேன். நான் டெய்லி சம்பளத்துக்கெல்லாம் ஆள் வச்சிக்கிறது இல்ல... மாச சம்பளம்னாதான் கொஞ்ச நாளுக்காவது இருப்பாங்க... அக்கவுன்ட்ல பணத்த போட்டு பாஸ்புக்க கையில குடுத்து விட்டுட்டேன்னா என் கடம முடிஞ்சிது. உங்களுக்கு தேவப்படுறப்ப எடுத்துக்கலாம்ல... என்ன சொல்றீங்க...” என்றார் அவனைப்பார்த்துக்கொண்டே. ஓட்டல் வாசலில் மயங்கி விழுந்தபோது அணிந்திருந்த அதே வெள்ளை சட்டையைத்தான் துவைத்துப் போட்டிருந்தான் ராமலிங்கம்.

“அதெல்லாம் எதும் வேணாங்கய்யா... நீங்க கேக்குறதால சொல்றேன். என் பேரு ராமலிங்கம். வேறெதும் கேக்காதீங்க. நான் எந்தத் தப்பும் பண்ணிட்டு இங்க வல்ல. கொஞ்சம் மனசு சரியில்ல. அதான் இங்க வந்துட்டேன். நீங்க பாத்துக்குறீங்க என்ன... மூணு வேள சோறு போடுறீங்க... தங்குறதுக்கு எடம் குடுத்துருக்கீங்க. இது போதுங்கய்யா... பணத்த வாங்கி நான் என்ன பண்ணப்போறேன். நீங்களே வச்சிக்குங்க. வேறெதும் வேணாங்கய்யா...” கும்பிட்டு விலகினான். புதிரான முகத்துடன் திறந்த வாய் மூடாமல் ராமலிங்கத்தையே பார்த்துக்கொண்டிருந்தார் முதலாளி. முன்னால் வந்து விழுந்து கண்ணை மறைக்கிறதென்று தலைமுடியை மேல்நோக்கி வழித்துச் சீவினான் ராமலிங்கம். விபூதி அள்ளி மூன்று விரல்களிலும் தேய்த்து நெற்றியில் கோடிட்டான். முதலாளி தந்த வெள்ளை வேட்டியையும் காவி வேட்டியையும் மாற்றி மாற்றிக் கட்டிக்கொண்டான். தன்னுடைய இரண்டு வெள்ளை சட்டையைத் தந்து போட்டுக்கொள்ளச் சொன்னார் முதலாளி. ராமலிங்கத்துக்குச் சரியாகப் பொருந்தியது. இரவு ஓட்டல் மூட பதினொரு மணியாகிவிடும். அதன் பிறகு சென்று படுத்தால்

களைப்பில் தூங்கிவிடும் ராமலிங்கத்துக்கு விடிகாலையில் தானாகவே விழிப்பு வந்துவிடும். முதல் ஆளாகச் சென்று காலைக்கடன் முடித்து குளித்துவிட்டு வெளிவந்து கீழிறங்கி ஓட்டலுக்கு வந்துவிடுவான். இரவு திரும்பிப்போகும்போது எல்லோரும் தூங்கியிருப்பதால் அவனுடன் மற்றவர்கள் பேசுவதற்கு சந்தர்ப்பமே கிடைக்கவில்லை. திருவண்ணாமலைக்கு வருவதற்கு முன்பு இருந்த வாழ்க்கை கொஞ்சம் கொஞ்சமாக ராமலிங்கத்துக்கு மறக்கத் தொடங்கியது.

இரண்டு மாதம் கழித்து ஒருநாள் சாயங்காலம் ஓட்டலிலிருந்து வெளியேறி கிரிவலப் பாதையில் நடக்கத் தொடங்கினான். வளைந்து உயரம் சென்ற பாதையில் கொஞ்ச தூரம் நடந்தவன் எம லிங்க சன்னதி அருகில் நின்றபடி சுற்றிலும் பார்த்தான். புதிதாய் சில கடைகள் உருவாகியிருந்தன. அன்று அவன் இருந்த குழப்பமான மனநிலையில் இதையெல்லாம் கவனிக்கவில்லையோ என்று யோசித்தான். பசி மயக்கத்தில் அவன் பார்த்த மனிதர்களின் முகங்கள் எதுவும் அவன் நினைவில் இல்லை. “என்ன பாக்குறீங்க... சாப்பாடு கொண்டு வந்துருக்கீங்களா...” குரல் கேட்டு யோசனை கலைந்து திரும்பிப் பார்த்தான்.

அவன் நின்றிருந்த இடத்துக்கு அருகில் காவி வேட்டி அணிந்திருந்த ஒரு சாமியார் படுத்துக் கிடந்தார். மலைப்பாதையின் ஓரம் என்பதால் அவர் படுத்திருந்த இடம் அவருக்கென ஒதுக்கப்பட்டது போலிருந்தது. “இல்லீங்கய்யா...” என்றான்.

“அப்றம் எதுக்கு தாடி சாமிய உத்துப் பாத்துகிட்டு நிக்கிற... அவரு சாப்பாடு இல்லாட்டி பாக்க மாட்டாரு...” திடுக்கிட்டு அவரின் பார்வை சென்ற இடத்தைத் திரும்பிப் பார்த்தான். எம லிங்க குடிலுக்கு வெளியே அவர் அமர்ந்திருந்தார். கறுப்பும் வெள்ளையுமாய் நீண்ட தாடி நெஞ்சு தாண்டி இறங்கியிருந்தது. அடர் மீசை. காவி வேட்டி மட்டும். மேலே எதுவும் அணியவில்லை. ஒரே ஒரு ருத்திராட்ச மாலை மட்டும் தொங்கிக்கொண்டிருந்தது. ராமலிங்கம் பார்த்துக்கொண்டிருக்கும்போதே அவரும் திரும்பி இவன் முகத்தைப் பார்த்தார். சுத்தமான பால் கண்களில் இரண்டு

கறுப்பு நிற உருண்டைகள் அவனைப் பார்த்துச் சிரித்தன. ராமலிங்கம் அவரை நெருங்கினான். திரும்பிப் பார்த்து பளிச்சென்று சிரித்தார். ராமலிங்கத்தின் கால் மயிர்கள் சிலிர்த்து அடங்கின. மாலைச் சூரிய ஒளி பட்டு பற்கள் மின்னியதைப் பார்த்தான். எவரிடமும் பேசாமல் விலகியே இருந்தவன் முதன்முறையாக அந்த தாடி சாமியிடம் வாய் திறந்தான்.

“நீங்கதான் தாடி சாமியா?”

ராமலிங்கத்தைப் பார்த்துச் சிரித்துக்கொண்டே, “அடடா... தாடி சாமிலாம் இல்லப்பா... இவங்களா எதாவது சொல்லுவாங்க. தாடி வச்சிருந்தா தாடி சாமி, பீடி வச்சிருந்தா பீடி சாமின்னு...”

“சாப்பாடு கொண்டு வந்தாதான் உங்ககூட பேச முடியும்னு சொன்னாரே அவரு...” ராமலிங்கமும் புன்னகைத்தான்.

“அவனா... அது அவனுக்குக் கேட்ருப்பான். நமக்குன்னு எதும் இல்லப்பா... நம்ம இருந்தா பாக்கலாம் பேசலாம். இருக்கணும் அவ்ளோதான்... ம்ம்ம் எங்கோர்ந்து வந்துருக்கீங்க... இப்டி ஒக்காருங்க” தன் அருகில் இருந்த கருங்கல் ஒன்றினைக் காண்பித்தார். மரக்கிளை நிழல் வெயில் மறைத்து விரிந்திருந்த இடத்தில் அமர்ந்தான் ராமலிங்கம்.

“இங்க அடிவாரத்துல ஓட்டல்ல வேல பாக்குறேன்... இன்னிக்கி லீவு. என்னமோ மேல வரணும்னு தோணுச்சி. உங்கள பாக்கணும்னுதான் வந்துருக்கேன் போல...”

“ம்ம்ம்... நல்ல எடத்துக்குதான் வந்துருக்கீங்க. ரோடெல்லாம் போட்டு வசதியாயிருச்சி மலை. பாத்தீங்களா சமீபமா கிரிவல கூட்டம் அதிகமாயிருக்கறத... கூட்டம் பெருகுற எடத்துல வசதிகளும் தானா பெருகும்... அதுக்காக எல்லாம் மாறத்தான் செய்யும்... நீங்களும் எப்பவும் உள்ளையே அடஞ்சி கெடக்காம அடிக்கடி வெளில வந்து பாருங்க... புழுக்கம் உள்ளையும் வெளியிலையும் எப்பவும் ஆகாது...” புருவம் நெறித்ததில் நெற்றிக்கோடுகள் வளைந்து ஓடி அடங்கின.

“உங்கள பாத்ததே மனசுக்கு அமைதியாயிருக்குங்கய்யா... நான் எனக்குள்ள பேசிக்கிறதெல்லாம் நீங்க வெளில வாய்விட்டு

சொல்லிட்டுருக்கீங்க...” தான் புன்னகைத்துக்கொண்டிருக்கிறோம் என்பதையே நம்ப முடியாமல் பேசினான்.

“அடடா... உங்களுக்குள்ள பேசிக்குறீங்களா...அப்போ நீங்க பெரிய எடம்தான். உங்க பேரென்னப்பா...?”

“ராமலிங்கம்ய்யா...”

அவன் சொன்னதும் திரும்பி எம லிங்க சன்னிதியைப் பார்த்தார்.

“எப்படி உங்கள கூப்பிடணும்னுதான் பேரைக் கேட்டேன். மத்தபடி அது வெறும் ஒரு பேர்தான... அந்தப் பேரே ராமலிங்கம் இல்லீல்ல...”

தலையாட்டினான்.

“ராமலிங்கம்...பேசாம மௌனமா இருக்குறதுங்குறது பெரிய காரியம். சாமானியமா முடியாது...இங்க நெறைய பேர் குடும்பம் வேணாம் காசுபணம் வேணாம்னு வெறுத்துட்டு வர்றவங்கதான்... நீங்க எதும் தப்பு பண்ணிட்டு வரலைல... உங்க முகத் தெளிவு சொல்லுது... ஆனா எல்லாராலும் அப்டி இருக்க முடியிறதுல்ல... அதனால ஏதாவது மனசு விட்டுப் பேசணும்னா இங்க வந்து என்கிட்ட பேசுங்க... உங்களுக்குள்ள பேசுறதுங்குறது உங்களப் பத்தி மட்டும்தான் இருக்கணும்... புரிஞ்சிதா... வேற எண்ணம் சேர்ந்தா குழப்பமாகிடும்...”

தான் அமைதியாய் இருந்து அப்படி இருப்பது குறித்து இன்னொருவர் பேசுவதைக் கேட்க சந்தோசமாய் இருந்தது ராமலிங்கத்துக்கு. இத்தனை நாள் இருந்த மௌனம் கொஞ்சமாய் உடைந்ததில் மனதளவில் பாரம் குறைந்திருந்தான்.

அங்கங்கே லைட் எரிய ஆரம்பித்ததும் மறுநாள் வருவதாகச் சொல்லி ராமலிங்கம் கீழே இறங்கத் தொடங்கினான்.

இரவு. விடுமுறை என்பதால் மற்ற ஊழியர்கள் சினிமாவுக்குச் சென்றிருந்தனர். சாப்பிட்டுவிட்டு தன் இடத்துக்குப் புறப்பட்ட ராமலிங்கத்தை கல்லாவில் இருந்த பணத்தை எண்ணி கணக்குப் பார்த்து தன் கைப்பையில் வைத்த முதலாளி அழைத்தார்.

“வந்த இவ்ளோ நாள்ல இன்னிக்கித்தான் வெளியில போயிருக்கீங்க போல... ஒரு மூணு மணி நேரம் ஆளையே காணும். எவ்ளோ தூரம் பயணம்... யாரும் தெரிஞ்சவங்க இருக்காங்களா...”

எதிரில் கிடந்த நாற்காலியில் அமர்ந்த ராமலிங்கம் நிமிராமலே நிலம் பார்த்தபடி பதில் சொன்னான்.

“வெயில் ஒடம்புல பட்டு ரொம்ப நாளாச்சினு மேல கிரிவல பாதைக்குப் போனேன்.... வந்துட்டேன்.” என்றான்.

“அங்க போயும் ஒண்ணும் பேசாம கம்முனுதான் ஒக்காந்துருக்கப் போறீங்க... ஆமா... நீங்க ஏற்கெனவே சாமிதான... எதுக்கு உங்களுக்கு சாமியாருங்க சகவாசம். பாத்து ஊமச்சாமி உங்களையும் காவி கட்ட வச்சிடப் போறாங்க... ஏற்கெனவே காவிதான் கட்டிருக்கீங்க...ஜாக்கிரத.” என்றார் முதலாளி சிரித்துக்கொண்டே.

திருவண்ணாமலைக்கு வந்தபின் தன் காதுக்குள் எந்தக் குரலும் கேட்காதது ராமலிங்கத்துக்கு ஆச்சரியமாயிருந்தது. அதுபோல் கஞ்சா தூள் மயக்கமும் மனதில் தோன்றவே இல்லை. இனிமேல் சாகும்வரை இங்கேயேதான் இருக்கப்போகிறோமோ என்று அவனுக்குத் தோன்றியது. தாடி சாமி தன் கண்ணில் பட்டது அதற்காகக் கூட இருக்கலாமோ என்று யோசித்தான் ராமலிங்கம்.

12

ஓட்டலில் வேலை சரியாக இருந்தது ராமலிங்கத்துக்கு. வேறு எதைப்பற்றியும் யோசிக்காமல் இருப்பதற்கு அதுவே நல்ல வழியாகவும் தென்பட்டது. ஆனாலும் தன் மனதில் நினைப்பதையெல்லாம் வெளிப்படையாய் பேசிய தாடி சாமியைப் பார்க்க வேண்டும் போலிருந்தது. இரண்டு மாதங்கள் முடிந்திருந்த நிலையில் ஒருநாள் காலையில் தாடி சாமியைப் பார்க்கச் சென்றான் ராமலிங்கம். வாழைப்பழங்கள் வாங்கிக்கொண்டு சென்றான். அவனைப் பார்த்ததும் பளிச்சென்று சிரித்தார் தாடி சாமி.

“ஏ... வாப்பா வா... உங்களத்தான் நெனச்சிட்டுருந்தேன்... வந்துட்டீங்க...” தாடி சாமியார் அருகில் நின்றுகொண்டிருந்த வனுக்கு முப்பது, முப்பத்தி ஐந்து வயது இருக்கலாம். கன்னங்களில் வறுமை காணா செழிப்பு. நான்கு நாட்களுக்கு முன்பு சவரம் செய்திருந்தது முள்ளாய் அரும்பியிருந்த மீசை தாடியில் தெரிந்தது. ராமலிங்கத்தைப் பார்த்ததும் வணக்கம் என்று சொல்லி கை கூப்பினான். ராமலிங்கம் புருவம் சுருக்கி அவனை உற்றுப்பார்த்தான்.

“தம்பி பேரு ராஜரத்தினமாம். திருச்சி பக்கத்துல ஏதோ ஒரு ஊரு... ஒரு வேகத்துல குடும்பம் வேணாம் ஒண்ணும் வேணாம்னு இங்க வந்துருக்காரு... அதான் சொன்னேன் ஏதாவது வேல பாத்து தர்றேன் செய்றீங்களான்னு கேட்டா காவி கட்டித்தான் ஆவேங்குறாரு. எல்லாத்தையும் ஒரு காவி வேட்டில துறந்துடலாம்னு பாக்குறாரு... என்ன பண்ணலாம் சாமி...” ராமலிங்கத்திடம் ஆலோசனை கேட்கும் தொனியில் ஒலித்தது தாடி சாமியின் குரல்.

“இவரும் சாமிதானுங்களா...” இன்னொரு முறை ராமலிங்கத்தைப் பார்த்துக் கும்பிட்டான் ராஜரத்தினம்.

தலையாட்டி மறுத்தான் ராமலிங்கம். “நான் இல்லீங்க... இங்க வேல பாக்குறேன்...”

கும்பிட்ட ராஜரத்தினத்தின் முகம் சுருங்கியது. கைகளைத் தாழ்த்தினான்.

“இங்கையே இருங்க தம்பி... நான் வேணாங்கல... எல்லாரும் இருக்கத்தான இந்த பூமியும் இருக்கு...” ராஜரத்தினத்தைப் பார்த்து தாடி சாமி சொன்னார். ராஜரத்தினத்தின் பதற்றத்தை அவன் உடல்மொழி வெளிப்படுத்தியது.

“கீழ விசாரிச்சேன். அங்க உள்ளவங்கதான் மேல தாடி சாமிய பாருன்னு உங்கள சொன்னாங்க... எனக்கு எதும் வேணாம்னுதான் இங்க வந்துட்டேன் சாமி... உங்கள்ல ஒருத்தனா ஏத்துகிட்டா போதுங்க...” குரலில் சலிப்பும் விரக்தியும். அதில் ஏதோ அவசரத்தனம் இருந்ததைக் கவனித்தான் ராமலிங்கம்.

“நான் என்னப்பா ஏத்துக்கிறது. அதோ பாத்தியா ஒருத்தன...” தாடி சாமி கண்களால் சுட்டிக்காட்டிய இடத்தில் ஒரு சாமியார் படுத்திருந்தார். “அவன்கிட்ட ராத்திரியானா பக்கத்துல போய் படுக்க முடியாது. எதுக்கு இங்க படுக்குறேன்னு துரத்தி விட்ருவான்...இன்னிக்கி தேதிக்கி பன்னெண்டாயிரம் கையில வச்சிருக்கான். போன வருசம் ஊர்லேர்ந்து இங்க வர்றப்போ அவன் பேர்ல அக்கவுன்ட்ல ஒரு லட்சம் இருந்துச்சி... அதையே வேணாம்னு தூக்கிப்போட்டு வந்தவன் யாருக்கு சேக்குறோம்னு தெரியாமலே இவ்ளோ காசு கையில சேத்து வச்சிருக்கான்...

குடும்பத்த வெறுத்து இங்க வந்ததால குடும்பமும் இவன வெறுத்துட்டாங்க... இந்த மலையிலேயே உசிரு போனா போகட்டும். எங்களுக்குத் தகவல் சொல்லாதீங்கன்னு சொல்லிட்டுப் போனாரு அவன் மகன். இவனையே கடவுள் ஏத்துகிட்டாரு உன்னை ஏத்துக்க மாட்டாரா... யாரோட அனுமதியும் தேவையில்லப்பா அன்ன ஆகாரம் தூக்கம் துக்கம் துறந்து உண்டி சுருக்கி உயிர் சுருக்குறதுக்கு மனதிடம் இருந்தா போதும்...” தாடி சாமியின் குரலில் கதை சொல்லி முடித்த கம்பீரமும் களைப்பும்.

பன்னெண்டாயிரம் ரூபாய் சாமியை வாய் பிளந்தபடி ஆச்சரியமாகப் பார்த்துக்கொண்டிருந்தான் ராஜரத்தினம்.

ராமலிங்கத்தின் முகத்தில் எந்தச் சலனமும் இல்லை. தாடி சாமியைப் பார்த்து, “எதுக்கு இவ்ளோ காசு வச்சிருக்காரு?” என்றான்.

தாடி சாமி சிரித்தார். “ஏ யப்பா... உங்களுக்கும் எனக்கும் வேணும்னா அது காசு... நெறைய பேருக்கு அதுதான் உலகம். சுய பாதுகாப்பின்மை என்ன வேணும்னாலும் பண்ணச் சொல்லும்... அவன் இன்னும் எதையும் உதறல... தன்னோட சாவுக்கு அப்புறமும் தான் நல்லாருக்கணும்னு நெனைக்கிறான்... எப்போ வேணும்னாலும் எது வேணும்னாலும் நடக்கும்...” தாடி சாமியை வாய் பிளந்து பார்த்துக்கொண்டிருக்கும் ராஜரத்தினத்தைப் பரிதாபமாகப் பார்த்தான் ராமலிங்கம்.

அன்று இரவு தாடி சாமி தந்த அன்னதான சாப்பாட்டை சாப்பிட்டுவிட்டு எம லிங்க சன்னிதி வெளியே படுத்துக்கொண்டான் ராஜரத்தினம். காற்றில் குளிர் இறங்கிக்கொண்டிருந்தது. நீளமாய் பெருமூச்சு விட்டான். தனது ஊரில் நேற்றைய கடைசி நாளை நினைத்தவன் கண்களில் தூக்கம் கண்ணாமூச்சி காட்டிக்கொண்டிருந்தது.

திருச்சிக்கும் விழுப்புரத்துக்கும் நடுவில் நன்னீர்தொட்டி கிராமம்தான் ராஜரத்தினத்தின் ஊர். அப்படி ஒரு ஊர் இருப்பதை அறிந்தவர்கள் அந்த ஊர் வழியாக ஓடும் மினி பஸ்காரர்கள் மட்டுமே. எப்போதாவது அரசு பஸ்கள் பாதை

மாற்றி விட்டால் அந்த ஊர்ப்பக்கம் புழுதியைக் கிளப்பி வீடுகளை மறைத்தபடி விரைந்து செல்லும். அப்பேர்ப்பட்ட நன்னீர்தொட்டியில்தான் ராஜரத்தினம் வாழ்ந்து வந்தான். திருப்பூருக்குச் சென்று மொத்தமாக புடவை, கைலி, ஜாக்கெட் துணிகள் வாங்கிவந்து தனது டிவிஎஸ் பிஃப்டியில் வைத்து தெருத்தெருவாகக் கொண்டு சென்று விற்று வந்தான். தவணை முறையில் பணம் வசூல் செய்துவந்தான். ஒண்டிக்கட்டையாக இருக்கும்போது போதுமென்ற மனம்தான் இருந்தது. திருமணம் ஆகும்போதும் அதே வேலையைத்தான் செய்து கொண்டிருந்தான். அந்த ஊரைச் சேர்ந்த நீலாவதியைத்தான் ஒரே சாதியென்று பெண் பார்த்துவந்து தலையாட்டி வைத்தான். விட்டேத்தியாய்த் திரியும் தன் வாழ்க்கைக்கு ஒரு அர்த்தமாக வந்தவள் நீலாவதி என்று நினைத்தான். நீலாவதிக்கு கண்களும் உதடுகளும் சற்றே பெரிதாய் இருக்கும். கண்களில் தீட்டப்படும் மையின் கவர்ச்சியும் உதடுகளில் சதா மிதந்துகொண்டிருக்கும் ஈரமும் அவளை அழகாய் காட்டும். நீலாவதிதான் புடவை துணியோடு பக்கத்தில் திருச்சிக்குச் சென்று பிளாஸ்டிக் நாற்காலி, ஸ்டூல் போன்றவையும் மொத்தமாக வாங்கி வந்து விற்கலாம் என்று ஐடியா தந்தாள். நீலாவதி வந்தது தன் வாழ்வின் முக்கியத் திருப்பம் என்று நினைத்தான். அப்படித்தான் ஆனது. ஊரில் பெரியதாய் கடன் வாங்கி பொருட்கள் வாங்கி வந்தான். வாரத்தில் மூன்று நாட்கள் துணி பிசினஸ்; மூன்று நாட்கள் பிளாஸ்டிக் பொருட்கள் பிசினஸ், ஞாயிறு லீவு என்று எல்லாமே நன்றாகத்தான் இருந்தது. தொடக்கத்தில் காசு அதிகமாகப் புழங்கியதும் ராஜரத்தினம் ஆடம்பரமாகச் செலவு செய்தான். புது வாழ்க்கையின் மோகம் நீலாவதிக்கும் கண்ணை மறைக்க வரவை விட செலவு அதிகமானதை புதுத் தம்பதியர் இருவருமே உணரவில்லை. அடுத்த வருடமே இரட்டைக் குழந்தைகள். தக்ஷன், தாட்சாயிணி என்று பெயர் வைத்தார்கள். குழந்தைகள் வளர வளர கடனும் வளர்ந்தது. கூடவே மனக்கஷ்டமும் தேவையற்ற வீண் விவாதங்களும் சண்டையும் வளர்ந்து வந்த நேற்றைய நாளின் மதியம்...

ராஜரத்தினம் வீட்டுக்குள் நுழையும்போதே மீன் குழம்பு தாளிக்கும் வாசனை மூக்குக்குள் ஏறியது. கொல்லைப்புறம்

சென்று கால்களில் தண்ணீர் ஊற்றிவிட்டு முகத்தில் தண்ணீர் விசிறி அலம்பியவன் வீட்டுக்குள் வந்தான். ஒரு கையில் பிடித்திருந்த சில்வர் கரண்டியை தன் தோள் மீது தட்டிக்கொண்டும் இன்னொரு கையால் இடுப்பில் கை வைத்துத் தாங்கியபடி நின்றிருந்த நீலாவதி, “இந்த வேவாத வெயில்ல தொர எங்க போயி சம்பாரிச்சிட்டு வந்துருக்கீங்க...” என்றாள். குரலில் எள்ளலும் எரிச்சலும் சமமாய் கலந்திருந்தன. சட்டியில் கொதித்துக்கொண்டிருந்த மீனுக்கும் ராஜரத்தினத்துக்குமாய் மாறி மாறி அலைந்தது பார்வை.

“நாட்டாம மாதிரி கேள்வி மேல கேள்வி கேக்காம பசியோட வந்துருக்குற மனுசனுக்கு சோத்த போடு மொதல்ல...” என்றான் முகம் சுருக்கி எரிச்சலுடன். மிதியடியில் காலை வைத்துத் தேய்த்தான். கொடியில் தொங்கிய துண்டை உருவியவன் முகத்தை அழுந்தத் துடைத்துக்கொண்டே சம்மணமிட்டு தரையில் அமர்ந்தான். “அப்பா...” என்ற சத்தத்துடன் உள்ளே வந்தார்கள் தக்ஷனும் தாட்சாயிணியும். ராஜரத்தினம் மடியில் தொப்பென்று அமர்ந்தார்கள்.

“ம்... ஊர்ல ஒருத்தன் பாக்கியில்லாம எல்லார்கிட்டவும் கடன வாங்கிட்டு ஒழிஞ்சி போயிடுங்க... வர்ற போறவன்கிட்டலாம் பதில் சொல்லத்தான் நான் ஒருத்தி வீட்டுல இருக்கேனே... எங்க ஒன் புருசன்னு கேக்குறவங்ககிட்ட வெளில போயிருக்காருண்ணே... அடுத்த வாரம் குடுத்துடுவாருண்ணே சொல்லிச் சொல்லி பாதி ஊர் பூரா என் அண்ணங்கதான் நெரம்பி கெடக்கானுங்க என் எழவுக்கு சீர் செய்ய வர மாதிரி...” பேசிக்கொண்டே தட்டில் சோற்றைப் போட்டு அவன் முன் வைத்தவள், அடுப்பிலிருந்த மண் சட்டியைத் துணியால் தொட்டுப் பிடித்து தூக்கி ராஜரத்தினத்துக்கு அருகில் ஹாலில் கொண்டு வந்து வைத்தாள். கொதித்த மீனை உரசிய பச்சை மிளகாயின் வாசனை புகையாய் நெளிந்து வளைந்து காற்றில் மேலேறியது. ஃபேன் சுவிட்சைப் போட்டாள். வீடு முழுவதும் பரவியது மீன் வாசனை.

“என்னமோ கடன் வாங்கி நான் செலவு பண்ண மாதிரி பேசுற... வூட்டுக்குத்தான செலவு பண்ணேன். ஜிகினா வச்ச

பொடவையா வாங்கி கட்றப்ப இனிப்பா இருந்துச்சுல்ல... கால்ல கொலுசு, தோடு, மூக்குத்தினு பளபளன்னு கெடக்குல்ல... வரவேண்டிய பணம் வந்தா நான் ஏன் இப்டி அலையணும்...” முழு கோபமும் வெறுப்பும் வெளிப்படாமல் பரிதாபமாய் ஒலித்தது ராஜரத்தினத்தின் குரல்.

“யய்யா சாமி... நான் ஒண்ணும் கேக்கல... சாப்புடுங்க மொதல்ல... எது கேட்டாலும் வம்பாயிடுது இந்த வூட்ல... என்ன நீங்க ரெண்டு பேரும் எப்ப சாப்புடுறீங்க... சேர்ந்தே சாப்புடுங்க...ஒங்களுக்குலாம் தனியா தட்டு தூக்கிட்டு இருக்க முடியாது...” குழந்தைகளிடம் சிடுசிடுத்தாள்.

மதியம் உண்ட மயக்கத்தில் அறைக்குள்ளே கட்டிலில் படுத்திருந்தான் ராஜரத்தினம். ஹாலில் சொப்பு சாமான்கள் வைத்து விளையாடிக் கொண்டிருந்தன குழந்தைகள். அறைக்கதவு தாழிடாமல் மூடியிருந்தது. ராஜரத்தினத்தின் மார்பின் மீது கைபோட்டு அணைத்திருந்த நீலாவதி, “விழுப்புரத்துல யாரோ ரெண்டு காசு வட்டிக்கு தராங்கன்னு சொன்னீங்கள்ல... என்ன ஏதுன்னு போயி விசாரிச்சி பாக்கலாமுல்ல...” என்றாள்.

நீலாவதியின் உடம்பிலிருந்து வீசிய மஞ்சளும் மீனும் கலந்த வியர்வை வாசனை ராஜரத்தினம் மண்டைக்குள் ஆணியடித்து நகராமல் இருந்தது. திரும்பி ஒருக்களித்துப் படுத்து அவள் தொடை மீது காலைத் தூக்கிப் போட்டவன் தன் மூக்கால் அவள் மூக்கில் உரசியவாறே, “அப்பகூட மகாராணிக்கி வெளிலதான் வட்டிக்கி வாங்கணும்னு தோணுதுல்ல... ரெண்டு பவுன் செயினு சும்மாதான பீரோக்குள்ள தூங்குது... அத அடகு வச்சி கொஞ்சம் கடன அடைக்கலாம்ல...”

தன் மேல் கிடந்த ராஜரத்தினத்தின் காலைத் தட்டிவிட்டாள் நீலாவதி. “தெரியுமே... அங்க இங்க சுத்தி கடைசில என் தலைலதான் கைய வப்பீங்க... அது ஒண்ணுதான் கழுத்துக்குண்ணு உருப்படியா இருக்கு... வெளி விசேசத்துக்கு வெறும் கழுத்தோட போனா உங்க மாமியார் வீட்டுக்காரங்க பாத்து வாயால சிரிக்க மாட்டாங்க...” கட்டிலிலிருந்து லேசாக நகர்ந்த நீலாவதியை, “சரி சரி... போய் பாக்குறேன்... முணுக்குனா ஒனக்கு வந்துரும்...” அவள் இடுப்பில் கைவைத்து தன் பக்கம்

இழுத்தான். நீலாவதியின் கழுத்துப் பகுதியை முகர்ந்து ஆழ மூச்சிழுத்தான். "புள்ளைங்க இருக்குதுங்க... இப்பல்லாம் பகல்லையே ஆரம்பிச்சிடுங்க... கதவையாவது சாத்திட்டு வரேன்...புள்ளைங்க திடீர்னு வந்துட்டா மானம் போயிடும்..." எழுந்து கதவைத் தாழிட்டாள் நீலாவதி. ராஜரத்தினம் கைலியைத் தளர்த்தினான்.

அசந்து தூங்கியவனை ஆறு மணி போல் டீ டம்ளருடன் எழுப்பினாள் நீலாவதி. முகம் கழுவிவிட்டு வந்து டீ குடித்தவன் சட்டைப்பையைத் தொட்டுப்பார்த்துக்கொண்டான். வீட்டைவிட்டு வெளியேறி வீதி கடந்து மெயின் ரோட்டுக்கு வந்து நின்றான். கடந்துபோன பைக் ஒன்று அவனைப் பார்த்துவிட்டுத் திரும்பி வந்தது. வெள்ளை சட்டை வேட்டியில் கழுத்தில் புரண்ட தங்கச் சங்கிலியுடன் பைக் டேங்கில் மீது அமர்ந்திருந்த தொப்பையுடன் இருந்தவர் ராஜரத்தினத்தின் அருகில் பைக்கை நிறுத்தி, "என்னப்பா ராஜா வெளியூர் பயணமா... சொல்லிட்டுப் போறதில்லியா... நாளைக்கி பின்ன ஒன் வீட்ல போய் கேக்க வேணாம்ல..." என்றார்.

"இல்ல குணாண்ணே... உங்க காசுக்குத்தாண்ண விழுப்புரம் வரைக்கும் போயி சொந்தக்கார மாமாட்ட பணம் கேட்ருக்கேன்... வாங்கிட்டு வந்துடலாம்னு நிக்கிறேன். நாளைக்கி வீட்டுக்கு வந்து நீங்க காசு வாங்கிக்கலாம்ண..." பைக்கில் இருந்தவரின் கண்களைப் பார்க்க கூசினான் ராஜரத்தினம். தயங்கித் தயங்கி வெளிவந்தன வார்த்தைகள்.

"கட்டுன கைலியோட கடன் வாங்கப் போறவன இப்பதான்யா பாக்குறேன். விழுப்புரத்துல யாரு ஒனக்கு சொந்தபந்தம்..." கண்களில் நம்பிக்கையில்லாமல் கேட்டார் குணா.

"என் சைடுல இல்லண்ணே...ஒய்ஃப் வழி சொந்தம்... நம்பிக்கையா இருங்கண்ணே... உங்ககிட்ட மட்டுமா கடன் வாங்கிருக்கேன்... அப்டிலாம் ஏமாத்திட்டு பொண்டாட்டி புள்ளைங்கள விட்டுட்டு எங்க குணாண்ணே போறது... கண்டிப்பா நாளைக்கி பணம் குடுத்துடுறேன்..." ராஜரத்தினத்தின் குரல் தழுதழுத்தது. கால் மாற்றி நின்று தவித்தான்.

“சரி பஸ் வருது...நாளைக்கி பணம் குடுக்குறதுக்கு வழிய பாத்துட்டு வா...” பைக் திரும்பியதும் வந்து நின்ற பஸ்ஸில் ஏறினான் ராஜரத்தினம். விழுப்புரம் பஸ் ஸ்டாண்டில் வந்து இறங்கியவன் எந்த பஸ்ஸிலும் ஏறாமல் எங்கும் போகாமல் பஸ் ஸ்டாண்ட் பெஞ்சில் அமர்ந்திருந்தான். தூரத்திலிருந்து, “திருணாமல திருணாமல” என்ற கண்டக்டரின் குரல் கேட்டதும் எழுந்தான். பாக்கெட்டைத் தொட்டுப் பார்த்துக்கொண்டான். எல்லா பிரச்சனைகளுக்கும் ஒரு முடிவினைத் தீர்மானித்தான்.

13

இரண்டு நாள் முடிந்து ராமலிங்கம் சென்றபோது ராஜரத்தினம் மட்டும் எம லிங்க சன்னதிக்குப் பக்கத்தில் கைகள் இரண்டையும் தலைக்குப் பின்னால் மடக்கி வைத்து மல்லாந்து படுத்திருந்தான். காவி வேட்டி கட்டியிருந்தான். கழுத்தில் நான்கைந்து ருத்திராட்ச மாலைகள் சிறியதும் பெரியதுமாய் தொங்கிக்கொண்டிருந்தன. அன்று அணிந்திருந்த தளர்வான சட்டையினால் தெரியாத இளந்தொந்தி இப்போது தெரிந்தது. மீசை தாடி வளர்ந்திருந்தது. மார்பெங்கும் அடர்ந்திருந்த ரோமங்கள் வயிற்றின் மீதும் பரவியிருந்தன. கண் விழித்து ராமலிங்கத்தைப் பார்த்தவன் படுத்திருந்தபடியே சிரித்தான். அந்தச் சிரிப்பில் ஒரு வசீகரம் இருந்ததைக் கவனித்தான் ராமலிங்கம். பதிலுக்குச் சிரித்தவன் தாடி சாமியைத் தேடினான். பன்னெண்டாயிரம் ரூபாய் சாமியார் இருந்த இடத்தில் அவரைக் காணவில்லை. ராமலிங்கத்தின் பார்வையைப் பார்த்த ராஜரத்தினம், “அந்த சாமி இறந்துட்டாரு...” என்றான்.

ராமலிங்கம் ‘ம்’ என்பதுபோல் தலையாட்டினான்.

“என்னங்க தெரிஞ்ச மாதிரி தலையாட்டுறீங்க... அப்போ ஒங்களுக்குத் தெரியுமா...” ராஜரத்தினத்தின் குரலில் தேவையற்ற பதற்றமும் நாடகத்தனமான ஆர்வமும் பளிச்சிட்டன.

“இல்லைங்க தெரியாது... நீங்க சொல்லித்தான் தெரியும்...” என்றான் எவ்வித உணர்ச்சியுமற்று. தாடி சாமி மேலே ஏறி வருவது தெரிந்தது. அவரைக் கண்டதும் படுத்திருந்த ராஜரத்தினம் எழுந்து அமர்ந்தான்.

“வாப்பா வா... இந்தா பழம் சாப்புடு...” கையில் வைத்திருந்த பழங்களை ராஜரத்தினத்திடம் தந்தவர் இரண்டு வாழைப்பழங்களை மட்டும் தனியாய் பிய்த்து ஒன்றை ராமலிங்கத்திடம் நீட்டினார். ஒன்றை உரித்துச் சாப்பிடத் தொடங்கினார்.

“அவன் பையில ஒரு நோட்டுல குறிச்சி வச்சுருந்தான். இவ்ளோ பணம் இருக்கு என்கிட்ட, நான் யாருக்கும் கடனாளியில்லைனு... வீட்டு அட்ரஸ் வரைக்கும் குறிச்சி வச்சிருக்கான்... அவன் மகன் பாடிய வாங்கிக்க மாட்டேன்னுட்டான்.. போலீஸ்தான் வலுக்கட்டாயமா ஊருக்குத் தகவல் சொல்லி வரவச்சி பாடிய அனுப்பி வச்சாங்க... வாழ்ற காலத்துல சேத்துவச்ச காசு அவன் சாவுக்குதான் உபயோகமாயிருக்கு. நாங்க யாரும் யார்கிட்டவும் பேர் கேட்டுக்குறதில்ல... சொல்ற பேர் நிஜமா இல்லியான்னு யாருக்குத் தெரியும். அவன் நோட்டுல எழுதிருக்கான் தன் பேர. இளையராஜாவாம்... எது மேலையாவது நம்பிக்கை வைக்கணும். இல்லைனா வாழ முடியாது. அது நாயோ பேயோ ஏதோ ஒண்ணு. இவனுக்கு தன் மேலையும் நம்பிக்கை இல்ல. கடவுள் மேலையும் நம்பிக்கை இல்ல... கடவுளைப் படச்சிட்ட குற்ற உணர்வு தீர்க்கத்தான் மனுசனே கோவில் கோவிலா ஏறி இறங்கிட்ருக்கான்... இதை உணர்ந்தா கடைசிவரையும் குற்ற உணர்வு இல்லாம வாழலாம். யாரும் உணர்ற மாதிரி இல்லப்பா...” ராமலிங்கம் எதுவும் கேட்காமலே முன்பே பேசிவைத்ததுபோல் தாடி சாமி எல்லாவற்றையும் சொல்வதை ஆச்சரியமாய் பார்த்துக்கொண்டிருந்தான் ராஜரத்தினம். தன்னிடம் மட்டும் எல்லாம் தெரிந்த மாதிரி தலையாட்டினாரே என்று குழம்பினான். ‘எத்துக்காலன் வெவரமான ஆளுதான்...’ மனதுக்குள் முனகினான்.

“போலீஸா...எதுக்கு?” என்றான் ராமலிங்கம்.

“துர் சாவுதான். நாங்கள்லாம் இங்கதான் படுத்துருந்தோம்... சத்தம் எதும் கேக்கல... நடு ராத்திரிக்கி மேல பணத்துக்கு ஆசப்பட்டு யாரோ கத்தியால கழுத்தறுத்துருக்கான்... போலீஸ் நாய் வந்துச்சே ஒங்களுக்குத் தெரியலையா...?”

“ம்...இவர்னு தெரியாது... ரெண்டு நாள் ஓட்டல்ல கூட்டம்... அதான் ஒண்ணும் தெரில... நானும் வெளில வரல...” என்றான்.

“போலீஸ் என்னைலாம் போய் விசாரிக்க வந்துட்டு... நல்லவேளையா பெரியசாமிதான் காப்பாத்துனாரு... மனுசனுக்கும் சாமியாருக்கும் வித்தியாசம் தெரியாத போலீஸு...” ராஜரத்தினத்தின் கையில் பாதி ஆப்பிள் இருந்தது.

“சாகுறதுக்கான இடம் இது இல்லைனு அவனும் உணர்த்திட்டுப் போயிருக்கான்... வேறென்ன சொல்றது...”

“இங்க செத்தா சொர்க்கம்னு சொல்றாங்க...அதெல்லாம் என்னஙகய்யா....” ஆப்பிள் விழுங்கிக்கொண்டே கேட்டான் ராஜரத்தினம்.

“ரெண்டு நாளா ராஜரத்தினத்துக்கு சாப்பாடு சரியில்ல. அதான் பசியில பழமெல்லாம் காலியாகுது... இன்னிக்கி ராத்திரியும் இதாம்பா...பாத்துக்க... எங்க சாகுறோம்கிறதாப்பா முக்கியம். எங்க வாழுறோம்கிறதுதான முக்கியம்...ஆனா எல்லா இடத்திலேயும் வாழ முடியாது பாத்துக்கோ... அதுக்கு முதல்ல வாழுறதுன்னா என்னன்னு தெரியணும்...” ராமலிங்கம் லேசாகச் சிரித்தான். ஒப்புதலாய் தலையாட்டினான். இருட்டத் தொடங்கவும் அங்கேயே அமர்ந்தான். அங்கங்கே லைட் போடப்பட்டு வெளிச்சம் புள்ளிகளாய் பூத்தது.

14

ஓட்டல், ஓட்டலை விட்டால் தாடி சாமியுடன் பேச்சு என்று மட்டும் இருந்தான் ராமலிங்கம். கொஞ்சம் கொஞ்சமாக ஊரும் உறவும் மறக்கத் தொடங்கியது. திருவண்ணாமலை வந்து தாடி சாமியைச் சந்திக்கும் வரைகூட காதுக்குள் கேட்டுக்கொண்டிருந்த குரல்கள் இப்போது சுத்தமாய் நின்றுவிட்டன. முதலாளி ஒருமுறை சொல்லியும் தாடி மீசையை மழிக்க மறுத்துவிட்டான். சாமியார்களுக்குப் போட்டியாய் வளர்ந்திருந்தன தாடியும் மீசையும். தலைமுடியை வழித்துச் சீவியிருந்ததில் முகத்துத் தசைகளில் மென்மையோடு கூடிய பளபளப்பும் கூடியிருந்தது. ராமலிங்கத்தை முதன்முறை பார்ப்பவர்கள் சட்டென்று மரியாதையோடு வணக்கம் வைக்கத் தொடங்கியிருந்தனர். ஆனால் அழுக்கின்றி துவைத்து சுத்தமான சட்டையை சலவை செய்யாமல்தான் அணிந்துகொண்டான். அது ஒன்றும் அவனுக்குப் பாதகமாயில்லை.

வருடங்கள் கடந்திருந்தன. ஒருநாள் இரவு கடை மூடியபின் ராமலிங்கத்தைத் தனியாக அழைத்த முதலாளி, "நாளையிலேர்ந்து உங்கள கல்லாவுல ஒக்கார வைக்கலாம்னு இருக்கேன். என்ன சொல்றீங்க...?" முதலாளியை உற்றுப் பார்த்த ராமலிங்கத்தின்

கண்களில் எந்தச் சலனமும் இல்லை. சரி என்பதுபோல் தலையாட்டினான்.

“நீங்க யாரு என்னான்னு விவரம் எதுவும் கேட்டுக்காமத்தான் உங்கள வேலைக்கே சேர்த்தேன். இதுநாள் வரைக்கும் எந்த ரிப்போர்ட்டும் இல்ல...எனக்கு கொஞ்சம் பணம் டென்சன் இல்லாம இருக்கணும்னு பாக்குறேன்... வேல பாக்குற எடத்துல ஒருத்தனுக்கொருத்தன் ஒத்துப்போகாம எவ்வளவோ பிரச்சனைகள பாத்துருக்கேன். நீங்க அப்படியில்ல... இந்தக் காலத்துல இப்டி ஒரு ஆசாமிய பாக்குறதே அபூர்வம்தான்... நானே ஒரு ஓட்டல்ல சப்ளையரா இருந்துதான் இந்த நெலமைக்கி வந்துருக்கேன்...அதனால சொல்றேன்... உங்கமேல உள்ள நம்பிக்கைக்கான முன்னேற்றம்தான் இந்த கேஷ் கவனிக்கிறது... நானும் நீங்களும் மாறி மாறி கேஷ் பாத்துக்குற மாதிரி இருக்கும்... நாளைக்கி காலைல இந்த ட்ரெஸ்ஸ போட்டுகிட்டு வாங்க...” முதலாளி நீட்டிய பெட்டியில் புதிதாய் ஒரு வெள்ளைச் சட்டையும் விலை உயர்ந்த வேட்டி ஒன்றும் இருந்தன. கை நீட்டி வாங்கியவன், “இதெல்லாம் எதுக்கு...?” என்றான்.

“உங்களுக்குத் தேவப்படாது. உங்க பதவிக்கி தேவைப்படும்... நாளைக்கி போட்டுட்டு வாங்க...” தன் தலைக்கு மேலே பல்லி ஒன்றின் உச் உச் என்ற சம்மதத்தைக் கேட்டான் ராமலிங்கம்.

கல்லாவில் அமர்ந்து காசு வாங்கிப் போட்டாலும் கூட்டம் அதிகமாக இருக்கும் சமயங்களில் ராமலிங்கமும் சாப்பாடு டோக்கன் கொடுக்கவும் சப்ளை பண்ணவும் இறங்கிவிடுவான். அந்த வெள்ளை வேட்டி மடித்துக் கட்ட மட்டும் உறுத்தலாக இருக்கும் அவனுக்கு. மடித்துக் கட்டாமலே டேபிளுக்கு டேபிள் சென்று பரிமாறுவான். கல்லாவில் அமர்ந்தபடி பார்த்துக்கொண்டிருக்கும் முதலாளி முகம் பெருமையில் பூரித்துப் போயிருக்கும்.

கணக்கு வழக்கு பார்ப்பதால் முழுவதுமாய் ஓட்டலிலேயே இருக்க நேர்ந்தது ராமலிங்கத்துக்கு. கிட்டத்தட்ட மூன்று மாதங்களுக்குப் பிறகு தாடி சாமியைப் பார்க்கச் சென்றான்.

தாடி சாமி அதே உற்சாகத்திலிருந்தார். ராமலிங்கத்தைப் பார்த்ததும் கூடுதலாய் சிரித்தார். ராஜரத்தினத்தைக் காணவில்லை.

“ராஜரத்தினமா... குபேர லிங்கம் வரைக்கும் போயிருக்கார். வருவார்...” என்றார். ராமலிங்கம் சிரித்துக்கொண்டான் தன் மனதைப் படித்த தாடி சாமியின் பதிலைப் பார்த்து. ராமலிங்கம் தனக்கு கிடைத்திருக்கும் புதிய பதவியைப் பற்றிச் சொன்னான். சிரிப்பு மாறாமல் கேட்டவர் அவ்வப்போது கண்களை மூடித்திறந்தார்.

“எதுவும் நிரந்தரமில்லைனு தெரிஞ்சிக்கிட்டாலே போதும்பா... அந்தந்த நேரத்து துக்கத்தையும் சந்தோசத்தையும் அனுபவிச்சிட்டுப் போகலாம். நெறைய பேருக்கு இது தெரியறதில்ல... உனக்கு எதும் சொல்லணும்னு அவசியமில்ல... நீ ஏற்கெனவே எல்லாம் அனுபவிச்சவன்... இப்போ புதுசா பதவி வந்ததால யாருக்கோ நீ சந்தோசம் தர்றே... அவ்வளவுதான். எதையாவது இழந்துட்ட மாதிரி நினைக்கிறியா என்ன...”

‘இல்லை’ என்பதாய் தலையசைத்தான்.

“அப்றம் என்ன விடு... உன் கையில எதுவும் இல்ல... உன் வாழ்க்கைய நீ என்னிக்குத் தள்ளி நின்னு பார்க்க ஆரம்பிச்சிட்டியோ அப்பவே உன்னோட எல்லா இன்ப துன்பங்கள்ல நீ ஒரு பங்குதாரன். உன்னால் விளையக்கூடிய அனைத்திலும்...”

“என் பாவத்துக்கு நான் பங்குதாரன் சரி...பாவம் செய்யாத மனசும் தண்டனை அனுபவிக்குதே ஏன் சாமி?”

“முன்னோர்களின் சாபமும் பாவமும் கூடவே வருமப்பா... உன் பாவத்துக்கு நீ தண்டனை அனுபவிக்கலைனா உன்னைச் சேர்ந்தவங்களோ உன் வித்தோ அந்தப் பாவத்துக்கான தண்டன அனுபவிக்கும். இது உலக நியதி. அதான் வாழும் காலத்துல சரியா வாழணும்கிறது... செஞ்ச குற்றத்துக்கு தண்டனை அனுபவிக்காம யாரும் தப்பிக்க முடியாது...

ஆமா... இதோ வந்துட்டாரே ராச ரத்தினம்...” தாடி சாமியின் குரலில் இருந்த உரிமை நிறைந்த கேலியின் ஊடே திரும்பிப் பார்த்தான் ராமலிங்கம்.

ராஜரத்தினம் நிறைய மாறியிருந்தான். கண்களில் ஒருவித சோர்வு படர்ந்திருந்தது. முன்பு போலான தொந்தி இல்லை. கழுத்துப்பக்க எலும்புகள் லேசாகத் தெரிந்தன. அமைதியா பலவீனமா எதுவென்று தெரியாதபடி உடல் தளர்ந்திருந்தது.

“கொஞ்ச நாள் ரொம்பக் கஷ்டப்பட்டாரு ராஜரத்தினம். இப்ப மாறிட்டாரு... சராசரி ஒருத்தன் துறவு ஏற்கிறப்ப வர்ற கஷ்டங்கள்... என் கனவுல என் கொழந்தையும் குடும்பமும் வர்ற மாதிரி அவங்க கனவுல நான் வருவேனா சாமின்னு கேக்குற அளவு ரொம்ப கஷ்டப்பட்டாரு... இப்ப கொஞ்ச நாளாதான் கனவு எதுவுமில்லாம தூங்குறாருன்னு நெனைக்கிறேன். வேற யார் கனவிலையாவது கூட இவர் போயிருக்கலாம். எல்லாம் நல்லதுக்குதான...”

தாடி சாமியைப் பார்த்துச் சிரித்தபடி ராஜரத்தினம் அமைதியாயிருந்தான். எல்லாவற்றுக்கும் முந்திக்கொண்டு பதில் சொல்லும் ராஜரத்தினத்தின் இந்த மாற்றம் ராமலிங்கத்துக்கு ஆச்சரியத்தைத் தந்தது. ‘காலம் எல்லோரையும் எல்லாவற்றையும் எப்படியெல்லாம் மாற்றுகிறது...’ மனதுக்குள் நினைத்துக் கொண்டான்.

“பௌர்ணமி முடிஞ்சி மறுநாள் ஓட்டல் இல்லை. அன்னிக்கி வரேன்...” எழுந்த ராமலிங்கம் சலவை செய்த வெள்ளைச் சட்டை அணிந்திருந்ததை தாடி சாமி உறுத்துப் பார்த்தார். மெலிதாகச் சிரித்துக்கொண்டார்.

மறுமுறை தாடி சாமியைப் பார்க்கவந்தபோது எம லிங்க சன்னதியில் யாரையும் காணவில்லை. சாப்பாட்டுச் சாமிதான் ராமலிங்கத்தைப் பார்த்ததும் சிரித்தார். “ நீங்க வருவீங்கன்னு எனக்குத் தெரியும். தாடி சாமி குட்டிச்சாமி எல்லாம் நிருதி லிங்கம் பாக்க போயிருக்காங்க... போங்க...” மலை ஏறும்போது அனிச்சையாக வேட்டியை மடித்துக் கட்டினான் ராமலிங்கம். உடம்பு முழுவதும் கூச கால்களில் லேசான நடுக்கத்தை உணர்ந்தான். ஞாபகம் வந்தது. இந்த மலை மண்ணை மிதித்த கடந்த மூன்று வருடங்களில் சப்ளை செய்யும்போது கூட தான் வேட்டியை மடித்துக் கட்டியதில்லை என்பது புத்திக்கு உறைத்தது. சட்டென்று வேறு ஏதோ ஞாபகம் வர வேட்டியை இறக்கி விட்டான்.

நிருதி லிங்க வாசலில் தாடி சாமியும் ராஜரத்தினமும் கூடவே ஒரு ஆணும் பெண்ணும் நின்றிருந்தனர். அவர்களிடம் தாடி சாமி பேசிக்கொண்டிருந்தார். வழக்கமான அவர் முகத்துச் சிரிப்பு இல்லாததை ராமலிங்கம் கேள்வியாய் கவனித்தான். ராமலிங்கத்தைப் பார்த்ததும் கண்கள் மலர்ந்தன. "வாப்பா..." என்றார். அவர்கள் இருவரும் ராமலிங்கத்தைப் பார்த்தனர்.

அந்த ஆணுக்கு நாற்பது வயதிருக்கலாம். முன் தலை வழுக்கையும் இரவுநேர ஆல்கஹால் தொப்பையும் வயதைக் கொஞ்சம் அதிகமாகக் காட்டியது. வெள்ளை நிறத்தில் பேன்ட்டும் மஞ்சள் நிற முழுக்கைச் சட்டையும் அணிந்திருந்தார். அவரின் கருமை நிறத்துக்குப் பொருத்தமாக விரல்களில் தங்க மோதிரங்கள் மணிக்கட்டில் தங்க ப்ரேஸ்லெட் கழுத்தில் தங்கச் சங்கிலி என்று பணக்கார மஞ்சளில் ஜொலித்தார். அவர் மனைவியாகத் தெரிந்தவரும் அதே பணக்கார மஞ்சளில் மிதந்தார் என்றாலும் தங்க நகைகள் இல்லாவிட்டாலும் அவரைப் பணக்காரப் பெண்மணியாய் மதிக்க முடிகிற அளவுக்கு சந்தன நிறத்தில் பார்த்தவுடன் ஈர்க்கும் அழகில் இருந்தார். கழுத்து இடுக்கில் வியர்வை கோடாய் வழிந்துகொண்டிருந்தது. கையில் வைத்திருந்த கர்ச்சீப்பால் ஒற்றிக்கொண்டிருந்தார். ஏசியிலேயே வளர்ந்த வாழ்வு என்பது புரிந்தது.

ராமலிங்கம் அருகில் நெருங்கியதும் தாடி சாமி வாஞ்சையாய் அவனின் கையைப் பற்றினார். சில்லென்றிருந்தது ராமலிங்கத்துக்கு. தாடி சாமியின் லேசான பதற்றம் ராமலிங்கத்துக்கு வியப்பாயிருந்தது. அப்போதுதான் ராஜரத்தினத்தைக் கவனித்தான் ராமலிங்கம். இரண்டு நாட்களுக்கு முன் பார்த்தபோது இருந்த நிதானம் எதுவுமின்றி கண்களில் அவசரமும் பதற்றமும் மிதந்து கொண்டிருந்தன.

"என்னப்பா... ராஜரத்தினம் அடுத்த மாற்றத்துக்குத் தயாராகிட்டாரு... அனுப்பிடுவோமா..." ராமலிங்கத்தைப் பார்த்து தாடி சாமி கேட்டதும் அந்தப் பெண்மணி அவசரமாக ராமலிங்கத்தைப் பார்த்துக் கும்பிட்டார். புரியாமல் ராமலிங்கமும் பதிலுக்குக் கும்பிட்டான். அந்தப் பெண்ணின் பார்வை தாடி சாமி பற்றியிருந்த தன் கை மீது இருந்ததும் அவரின் கையிலிருந்து தன் கையை விலக்கினான் ராமலிங்கம்.

அவளின் கண்கள் கலங்கியிருப்பதைக் கவனித்தான்.

“எங்களுக்கு உளுந்தூர்பேட்டைங்க. இவர் என் வீட்டுக்காரர். ரியல் எஸ்டேட் பிசினஸ். கோடிக்கணக்குல பணமிருக்கு. கல்யாணமாகி பத்து வருசத்துக்கும் மேல ஆச்சுங்க. மெடிக்கலி எந்தப் பிராப்ளமும் இல்ல... எல்லா கோவிலுக்கும் போயிட்டு வந்துட்டோம். முந்தாநாளு இவரு கனவுல இந்த மலையில இருக்குற ஈசன் வந்து அருணமலைக்கி வந்து என்னைத் தத்தெடுங்க உங்களுக்கு எல்லா பாக்கியமும் கெடைக்கும்னு சொல்லிருக்காரு. பணத்த துரத்திட்டு ஓடுற வாழ்க்கைங்க... நிம்மதி இல்லாம போச்சு. போட்டது போட்டபடி இங்க வந்து பாத்தா கனவுல வந்த சாமியாரு பாக்க அப்டியே இந்த சாமிதான். வலம் வந்துகிட்ருக்கிறப்போ இந்தச் சாமிய பாத்ததும் அப்டியே ஷாக்காயிட்டாரு இவரு. என்ன பேசுறதுன்னே தெரியல... சாமிய பாத்ததுமே எங்களுக்கு நம்பிக்க வந்துடுச்சி. இந்த சாமிய தத்தெடுக்கலாம்னு முடிவு பண்ணிட்டோம்... சாமிக்கி எந்தக் கொறையும் இல்லாம நாங்க பாத்துக்குறோம்... சாமிகிட்ட பேசிட்டோம். சாமிதான் பெரியசாமிகிட்ட பர்மிசன் கேக்க சொன்னாங்க... நீங்க இங்க உள்ளவர்தானா... பெரிய சாமிக்கு நெருக்கம்னா உங்ககிட்டவும் சொல்லிடுறோம். அனுமதி குடுத்தா அழச்சிட்டுப் போறோங்க... கோவில் வாசல்லதான் கார் நிக்கிது.” மூச்சு விடாமல் பேசிக்கொண்டு போனாள் அந்தப் பெண். அவள் சாமி சாமி என்று அடிக்கடி சொன்னது ராஜரத்தினத்தைத்தான் என்பதையே ராமலிங்கத்தால் நம்ப முடியவில்லை. எதைவைத்து ராஜரத்தினத்தை சாமியார் என்று முடிவு செய்தார்கள் என்ற யோசனையிலே இருந்தான். அந்த வீட்டில் அவளின் ராஜாங்கம்தான் என்பதையும் அந்தச் சில நிமிடங்களிலே தீர்மானித்தான்.

“சாமிக்கு விருப்பம்னா அழச்சிட்டுப் போங்க... ஈசன் அனுமதி தந்தபின்ன யார் தடுக்க முடியும். என்னப்பா சரிதான...” தாடி சாமியின் மன நடுக்கம் ராமலிங்கம் உணர்ந்தான்.

“ஏதும் பணம் தரணுமா..?” அந்தப் பணக்கார ஆண்தான் கேட்டான்.

“யாருக்கு..?” என்றபடி ராஜரத்தினத்தைப் பார்த்தார் தாடி சாமி.

தாடி சாமி எதிரில் வந்து நின்ற ராஜரத்தினம் கும்பிட்டான்.

“நீங்க சொன்னா நான் போறேன் சாமி... உங்கள பாக்கணும்னு விதி இருந்த மாதிரி இவங்க என்னைப் பாக்கணும்னு இருந்துருக்கு... விதிய மாத்த முடியாதுதான சாமி...எனக்கு ஆசி பண்ணி அனுப்பி வைங்க...” காலில் விழப்போனவனைத் தடுத்து நிறுத்தியவர் ராஜரத்தினத்தின் தலையின் மீது கை வைத்து, “போற இடத்துல உனக்கான வாழ்க்கை இருக்கும்... நல்லாரு...” என்றபடி நகர்ந்தார்.

ராமலிங்கம் அவர்கள் மூவரையும் பார்த்துவிட்டு விலகினான். அந்தத் தம்பதியின் பின்னால் ராஜரத்தினம் போவது தெரிந்தது. எதுவும் பேசாமல் நடந்து கொண்டிருந்த ராமலிங்கத்தின் மௌனத்தை தாடி சாமியின் குரல் கலைத்தது. திடீரென்று வெயில் குறைய அண்ணாந்து பார்த்தான். மேகங்கள் சூரியனுடன் கண்ணாமூச்சி ஆடிக்கொண்டிருந்தன.

“எல்லாமே சுயநலம்தானப்பா... கடவுள்கூட சுயநலத்துலதான இயங்குறாருப்பா... வந்த புதுசுல ராஜரத்தினம் ரொம்ப கஷ்டப்பட்டான்... குடும்பம்தான் அவன் ஞாபகத்துல இருந்தது. அதை எப்படியாவது மறந்துடணும்னு தலையால தண்ணி குடிச்சான். இப்போ புரியுது... அவன் புதுசா ஒண்ண உருவாக்க பழச மறக்க கஷ்டப்பட்டுருக்கான்னு... வந்த ஒரு மாசத்துல ஒருநாளு நடுராத்திரி தூக்கத்துல முழிச்சி பாத்தப்ப கரப்பழக்கம் பண்ணிட்டுருந்தான். அரைகுற வெளிச்சத்துல அவன் இயக்கம் தெரிஞ்சிது. உச்சம் தொட்டதால நிறுத்துனானா இல்ல நான் பாக்குறது தெரிஞ்சி நிப்பாட்டுனானான்னு தெரியல... அதுக்கப்பறம் அவன் அப்டி இல்ல... சாப்பாடு குறைஞ்சதுல அவன் ஒடம்பு குறைஞ்சி ஆள் கொஞ்சம் தளர்வானதுல காமம்லாம் கட்டுக்குள்ள வந்து தன்னை துறவியாவே நெனைக்க ஆரம்பிச்சிட்டான். ஆனாலும் அவன் மூச்சுல வந்த அன்னிக்கி இருந்த வெப்பம் குறையாமத்தான் இருந்தது. இன்னிக்கி அவன் கால்ல விழுந்து அந்தப் பெண்மணி ஆசி வாங்குனப்ப அவன் பார்வை இருந்த இடம் அவன் இன்னும் மாறல அவனால மாறவே முடியாதுன்னும் காட்டுச்சி. குறையக் குறைய பெருகுற ஒரு விஷயம்தான காமம். அதுல ருசி கண்டவன் அதுலேர்ந்து

மீள்றது ரொம்பப் பெரிய செயல். ராஜரத்தினத்தால மீள முடியாது. காமத்துல அடையுற உச்சத்த நரம்பும் எலும்பும் சதையும் கூடுன உடம்புல மட்டும் தேடுறதால வர்ற பிரச்சனை அது. அவன்கிட்ட தெரிஞ்ச கள்ளம்தான் அவனப்பத்தி உன்கிட்ட பேச சொல்லிச்சி...” தாடி சாமியின் சுவாசத்திலும் பேச்சிலும் வேகம் இருந்தாலும் தடுமாற்றம் இல்லாததைக் கவனித்தான் ராமலிங்கம். அதே சமயம் உடம்பைத் தவிர்த்த காமத்தின் உச்சம் எதுவென்ற அவனின் தேடலில் வெஸ்டர்ன் பீங்கானில் பல நாட்களுக்குப் பிறகு தன் தொடை அழுந்த அமர்ந்தபோது எழுந்த சிலிர்ப்பு ஞாபகத்தில் வந்துபோனது.

நடக்கும் பாதையை ஒட்டி இருந்த அடர் மரங்களுக்கு இடையில் மயில் ஒன்று நடந்துபோவதைப் பார்த்தான் ராமலிங்கம். கல் ஒன்று தடுக்கிவிட தடுமாறியவன் வேட்டி முனையை ஒரு கையால் பிடித்துக்கொண்டு நடக்கத் தொடங்கினான். “ஒனக்கு கூட இந்தப் புது துணி உறுத்தலா இருக்குதோ... நீல்லாம் உயரத்துல இருக்குறேப்பா... இருந்தாலும் சொல்றேன். உறுத்துற எதுவா இருந்தாலும் ஒடனே நீக்கிடுறது நல்லது. இல்லைனா அந்த உறுத்தலே பழகிப்போய் மனசு ஏங்க ஆரம்பிச்சிடும். மனசுக்கு ருசி மட்டும்தான் முக்கியமா படும். எலும்புத் துண்டு கடிச்சி வர்ற ரத்தத்துக்கும் நாயோட மனசு ஏங்குற மாதிரி ஆகிடும் எல்லாம்.” ராமலிங்கம் தாடி சாமியின் முகத்தை உற்றுப்பார்த்தான். ராஜரத்தினத்தின் மனமாற்றமும் பிரிவும் தாடி சாமியையே சலனப்படுத்தியிருப்பது அப்பட்டமாகத் தெரிந்தது. எம லிங்க சன்னதி நெருங்கும்போது ராமலிங்கம் சற்று முன்னேறி கீழிறங்க அவனைக் கவனிக்காத சாப்பாட்டுச் சாமி தாடி சாமியைப் பார்த்து, “எத்துக்கால் சாமி உங்கள தேடி வந்தாருங்க சாமி...நிருதி லிங்கத்துகிட்ட அனுப்புனேன். உங்கள வந்து பாத்தாரா...?” மின்னலெனக் கீறியது ராமலிங்கத்தின் காதுக்குள் விழுந்த எத்துக்கால். ஒரு நிமிடம் நின்றான். யாரோ எங்கோ எதற்கோ இந்த வார்த்தையை தன்னை நோக்கி வீசியிருக்கிறார்கள். எப்போது... ‘உறுத்துற எதுவா இருந்தாலும் ஒடனே நீக்கிடுப்பா...’ தாடி சாமியின் வார்த்தை வேறு காதுக்குள் தேங்கி உறைந்திருந்தது.

14

அன்று இரவு கணக்கு முடித்து பணத்தை முதலாளியிடம் ஒப்படைக்கும்போது ராமலிங்கத்தின் இரண்டு கைகளையும் இறுகப் பிடித்துக்கொண்டார் முதலாளி. "ஊமசாமி... இன்னையோட நீங்க இங்க வந்து மூணு வருசமாயிடுச்சி. நான் கொஞ்சம் கணக்குப் பாக்குறவன்தான். ஆனா சரியா கணக்கு பாக்கணும்னு நெனைக்கிறவன்... நாளைக்கி பின்ன என் மனசாட்சி என்ன பாத்து கேள்வி கேட்டுடக் கூடாதுல்லையா... அதான் சொல்றேன். மனசு நெறஞ்சி சொல்றேன்... எனக்கு எதும் ஆகி அடுத்து இந்த ஓட்டல நிர்வாகம் பண்றது யாருன்னு கேட்டா யாருக்கும் எந்த சந்தேகமும் வந்துடக் கூடாது. நீங்கதான் சாமி மொத்தமா பாத்துக்கணும்..." முதலாளியின் குரல் தழுதழுத்தது. ஒருமுறை கண்களை மூடித் திறந்தான் ராமலிங்கம். தன் கைகளைப் பிடித்திருந்த முதலாளியின் கையை சற்றே அழுத்திவிட்டு விலகினான்.

அன்று இரவு ராமலிங்கத்துக்கு கனவு வந்தது. ராமலிங்கத்தின் கையைப் பிடித்துக்கொண்டு, "உறுத்துற எதுவா இருந்தாலும் விலக்கிடு தம்பி... பின்னாடி அதுவே பெரிய வடுவாகி உன் அரிப்புக்கு அது ரத்தம் ஊறுற ஒண்ணா மாறி உன்னையே ரத்தம் பாக்க வச்சிடும். இல்லைனா இப்டித்தான் தூக்கம் வராம நடுராத்திரி முழிச்சி அலையிற மாதிரியாகிடும்"

என்ற பரமசிவம், “என்னடா பெரியவனே என்ன பண்ணுது இங்க வந்து ஒக்காரு” என்றார். தெருவிலிருந்து வீட்டுக்குள் எட்டிப்பார்த்த மின்சார கம்பத்து டியூப்லைட் வெளிச்சம் பாதி இருளாய் அவர் முகத்தில் படிந்திருப்பதைப் பார்த்தான் ராமலிங்கம்.

“தூக்கமே வர்றதில்ல... எச்சிப்பிசாசு நெஞ்சுக்குள்ள ஒக்காந்துட்டு எழுப்பி விட்ருது...” என்றான் ராமலிங்கம்.

“அதுக்கு ஒரு எடம் இருக்கு தம்பி... கோவில்லையே கர்ப்பகிரக சாமிக்கும் கொடிமரத்து சாமிக்கும் வித்தியாசம் பாக்குறவங்க நாம... டவுன்ல வாழ்றவங்க மாதிரி கக்கூசுக்கு எதிர்லையே சமைச்சி சாப்புட்டுகிட்டு வாழ முடியாது. நீ படுக்குற எடம் அப்படி. உன் பக்கத்துல படுத்துருக்குற எச்சி பிசாசு உன் தூக்கத்தையும் கெடுத்துடும்பா... ஒனக்கு முன்னாடி இந்த குடும்பத்துக்கு மூத்ததா பொறந்தது ஆச்சிதான். ஒன் அக்கா. மாரவிட்டு எறக்காமலே சொமந்துட்டுத் திரிவா ஒன் அம்மா. வைசூரி வந்து செத்துப் போனுச்சி அஞ்சி வயசுல. கொல்லையிலதான் பொதச்சிருக்கு... அந்த வேப்பமரத்துக்குக் கீழ தூங்கிட்ருக்கு ஆச்சி. பொண்ணுங்க இல்லாத குறைய போக்கத்தான் வீட்டுக்கு மருமக வந்தாங்கன்னு நெனச்சேன். என் மூத்த மருமகதான இன்னிக்கும் எனக்குப் பெரியாச்சி... அந்தப் பெரியாச்சி தப்பு பண்ணலாமா...” பரமசிவத்தின் உதடுகள் தாடி சாமியின் உதடுகளாக மாறி நடுவிலிருந்து வெளியேறிய புகை காற்றில் மிதந்து ராமலிங்கத்தின் நாசியில் மோதியது. பாத்ரூம் கதவு முழுவதுக்கும் உலகநாயகியின் முலை வளர்ந்து பெரிதாகி ராமலிங்கத்தின் மூச்சினை மூடி திணறவைத்தது. காற்றுக்கு அலைந்த ராமலிங்கத்தின் கைகளில் சிக்கியது கமலாவின் கழுத்து. எங்கோ உயரத்திலிருந்து தவறி விழுந்த சிதறிய தண்ணீர் தன் முகத்தில் பட்டதும் திடுக்கிட்டு விழித்தான் ராமலிங்கம். வேட்டி விலகியிருந்தது. கை நீண்டு விலகியிருந்த வேட்டியை சரி செய்தது. வித்தியாசம் உணர்ந்தான். உடம்பில் ஒரு படபடப்பு பரவியிருக்க எழுந்து அமர்ந்தான். வேட்டியை மடித்துக் கட்டிக்கொண்டு பாத்ரூம் சென்று வந்தான். மல்லாந்து படுத்து கண்களை மூடினான். தூக்கம் வரவில்லை.

மறுநாள் மதியம் ஓட்டலில் கூட்டம் அதிகமாக இருந்தது. கல்லாவில் அமர்ந்திருந்தாலும் அவ்வப்போது கல்லாவை விட்டு இறங்கிவந்து வாடிக்கையாளர்களின் டேபிளில் இலை பரிமாறி ஆர்டர் கேட்டு சாப்பாடுக்கு ரசீது தந்து போனான் ராமலிங்கம். அன்றும் அதுபோல் ஒரு டேபிளுக்கு இலை வைத்துவிட்டு சாப்பாடு ரசீது தந்த ராமலிங்கத்தின் செவியை உரசியது ரசீது வாங்கியவரின் “மாப்ள...” என்ற குரல். தலை நிமிர்ந்து டேபிளில் அமர்ந்திருந்தவரைப் பார்த்தான். கால்கள் நடுங்கின. உடன் உதடுகள் உலர்ந்துபோக, “மாமா...” என்றான் அனிச்சையாய். அமர்ந்திருந்தவர் எழுந்தார்.

“இல்ல... நீங்க ஒக்காருங்க... மொதல்ல சாப்புடுங்க... நான் கல்லாவுல இருக்கேன்...சாப்புட்டு வந்து பேசலாம் வாங்க... கலியா... இந்த டேபிள வந்து பாருங்க...” கலியனுக்குப் பெரும் ஆச்சரியமாய் இருந்தது. இத்தனை நாட்களில் ஒருநாள் கூட தன்னைப் பெயர் சொல்லி கூப்பிடாத ஊமைச்சாமியின் குரலைக் கேட்டதும் நெகிழ்ந்துபோய் ஓடிவந்தார். கல்லாவில் சென்று அமர்ந்த ராமலிங்கம் நேற்று இரவிலிருந்து இருந்த உள்ளப் பதற்றம் இப்போது துளியும் இல்லாமல் மிக லேசாக உணர்ந்தான். முதலாளி வந்து கல்லாவில் அமர்ந்ததும் ராமலிங்கம் இறங்கி வந்து ஓட்டல் வாசலில் நின்றுகொண்டான். சாப்பிட்டுவிட்டு பணம் தந்த கமலாவின் அப்பாவிடம் “ஊமச்சாமியோட மாமனாரா நீங்க...?” என்றார் முதலாளி.

புரியாமல் புருவம் சுருக்கிய கமலாவின் அப்பா, “ எம்பேரு கலியபெருமாள். ராமலிங்கம் என் மருமகப்புள்ள...” என்றார். தொண்டை கரகரத்துப் பேச முடியாமல் திணறினார். கண்கள் கலங்கியிருந்தன.

“மூணு வருசமாச்சி. தேடாத இடமில்ல... வேண்டாத சாமியில்ல... அண்ணாமலையான்தான் என் மருமகன அடையாளம் காட்டணும்னு இருந்துருக்கு... நான் மாப்ளைகிட்ட பேசணுமே...”

“கலியா... இங்க வா... ஊமச்சாமிகிட்ட சொல்லி மேல மாடி ரூமுக்கு இந்த அய்யாவ கூட்டிட்டுப் போகச் சொல்லு...” என்றார் முதலாளி.

மேலே சுற்றிக்கொண்டிருந்த ஃபேனிலிருந்து வெக்கை விசிறிக் கொண்டிருந்தது. கலியபெருமாளின் பின்னங்கழுத்திலிருந்து தொடங்கிய வியர்வை முதுகுக்கோடு வழியே கீழிறங்கி இடுப்பு வேட்டியை நனைத்தது. சுற்றிலும் பார்த்தார். தான் அமர்ந்திருந்த நாற்காலியிலிருந்து சற்றுத்தள்ளி ஒரு பாய் சுருட்டி வைக்கப்பட்டிருந்தது. சுவர் மூலையில் ஒரு பாய் சாய்த்து வைக்கப்பட்டிருந்தது. ஒரு செல்ஃபில் சூட்கேஸ்கள் மூன்றும் சில ட்ராவல் பைகளும் இருந்தன. தாராளமாகவெல்லாம் இல்லை. கொஞ்சம் அட்ஜஸ்ட் செய்து ஐந்து பேர் படுக்கலாம் போல ஒரு இடம். இங்குதான் இத்தனை நாளும் ராமலிங்கம் இருந்தானா என்ற ஆச்சரியம் தாளாமல் பார்த்தார். தன் எதிரில் அமர்ந்திருந்த ராமலிங்கத்தின் மௌனம் வேறு கூடுதல் ஆச்சரியத்தைத் தந்தது. “எப்டி மாப்ள... பொண்டாட்டி புள்ளைய மறந்துட்டு இத்தனை நாளா இருந்தீங்க...”

நிமிர்ந்து பார்த்த ராமலிங்கத்தின் கண்களில் எந்தச் சலனமும் இல்லை. யாரையோ கேட்பதுபோல் அவன் எதிர்வினை இருந்தது. “இங்கதான் இவ்ளோ நாளா இருக்கீங்களா...”

‘ஆமாம்...’ என்பதுபோல் தலையசைத்தான். ஆனால் வாய் திறந்து பதில் சொல்லவில்லை. “தாடியும் மீசையுமா நெத்தியில விபூதியுமா பாக்கவே பெரிய சாமியாராட்டம் இருக்கீங்க மாப்ள. வீட்டுல பாத்தா நீங்கதானான்னு யாரும் நம்ப மாட்டாங்க...” ராமலிங்கமாய் வாய் திறந்து வீட்டில் உள்ளவர்களைப் பற்றி கேட்பான் என்று எதிர்பார்த்தார். அவனின் அமைதி வேறு அவருக்கு உள்ளூர புரியாத புதிரைத் தோற்றுவித்துக்கொண்டிருந்தது. வேதாளம் மறுபடியும் மரம் ஏறிவிடுமோவெனப் பயந்தார்.

“அப்பா, கமலா, அகிலன்னாம் எப்டி இருக்காங்கன்னு கேட்க மாட்டீங்களா மாப்ள...?” என்றார் அவராகவே.

“சொல்லுங்க...” என்றான் ராமலிங்கம்.

“சின்ன மாப்ள வளகாப்புக்கு வந்தப்போதான் எங்களுக்கு விஷயமே தெரிஞ்சிச்சி. உங்கள தேடாத இடமேயில்ல. ஆனா இவ்ளோதூரம் வந்து பாக்கணும்னு யாருக்கும் தோணல

பாருங்க. எங்கையோ ஆந்திரா கேரளான்னு போயிட்டீங்கன்னு நெனச்சோம். சம்பந்திதான் ரொம்ப ஒடஞ்சிட்டாரு. யாருகிட்டவும் பேசாம ஒடுங்கிட்டாரு." ராமலிங்கம் எச்சில் விழுங்குவதைக் கவனித்தார் கலியபெருமாள்.

"கொழந்த பொறந்ததும் சின்ன மாப்ள தனிக்குடித்தனம் போயிட்டாரு. கமலாவும் குவார்ட்டர்ஸ் பக்கத்துல ஒரு கிளினிக்ல வேல பாக்குறா இப்போ. பழைய இடத்துல இல்ல... குவார்ட்டர்ஸ் பக்கத்துலையே வீடு பாத்துட்டு போயிட்டா. நாங்க எவ்வளவோ சொன்னோம். வயசான காலத்துல மாமனாருக்குத் தொணையா யாருமே இல்லியேம்மான்னு... உங்க அப்பாவும் ஒத்துக்கல... தனியா இருந்துக்குறேன்னு சொல்லிட்டாரு. பக்கத்து வீட்டு அம்மாதான் சமச்சி குடுத்துட்ருக்காங்க. நீங்க காணாபோன மறு வருசமே தோப்ப வித்துட்டாரு. ட்ராக்டரையும் வித்துட்டாரு... டிரைவர் சக்கர கொஞ்சநாளு பாத்துகிட்டான்... ட்ராக்டர் வித்ததும் அவனும் போயிட்டான். கமலாவுக்கும் சின்ன மாப்ளைக்கும் காசு பிரிச்சி குடுத்துட்டாரு. நீங்க ஒருத்தர் போனதும் முடிச்சி அவுந்த மாதிரி ஆளுக்கொரு பக்கம் செதறிப் போயிட்டாங்க மாப்ள..." படியேறி வந்த கலியன் கண்ணாடி டம்ளரில் லெமன் ஜூஸ் கொண்டுவந்து கலியபெருமாளிடம் நீட்டினார். "ரொம்ப நன்றிங்க... மாப்ளைக்கி..." என்றார் அவரைப் பார்த்து. "ஊமச்சாமி எதுவும் சாப்பிட மாட்டாருங்க..." என்று ராமலிங்கத்தைப் பார்த்தபடி அங்கிருந்து விலகினார்.

"உங்கள ஊமச்சாமின்னுதான் கூப்புடறாங்க மாப்ள இங்க எல்லாரும்... எனக்கே ஆரம்பத்துல ஒண்ணும் புரியல... ஏன் அப்டி..." என்றார் பெருமூச்சு விட்டு.

"பேருக்கென்னங்க... அது ஒரு அடையாளம்தான... பொறந்ததிலேர்ந்து சாகுற வரைக்கும் இது மாதிரி நெறைய அடையாளங்களோடதான வாழ்ந்துட்டு இருக்கோம். எதுவும் நிரந்தரமில்லாத அடையாளம்."

'எத்துக்காலா...' யாரோ தன் உள்ளிருந்து கேட்டது போல் சுற்றிலும் பார்த்தான் ராமலிங்கம். கணீரென்று ஒலித்த ராமலிங்கத்தின் குரலுக்கு சற்றே மிரண்டுதான் போனார்

கலியபெருமாள். சொன்ன பதிலும் தனக்கான பதிலாய் இல்லாமல் பொதுவாய் சொன்னது போல் இருந்தது. மிரட்சியை மறைத்தவாறு சிரித்தார் சத்தமின்றி.

“என்ன மாப்ள ஏதேதோ பெரிய வார்த்தைலாம் பேசுறீங்க... இப்டிலாம் உங்கள பாத்தா கமலாதான் ரொம்ப சந்தோசப்படுவா மாப்ள... எப்போ மாப்ள கௌம்பலாம். கல்லாவுல இருந்தவர்தான் மொதலாளியா. ரொம்ப நல்ல மனுசனா பட்டாரு. சொல்லிட்டுக் கௌம்பலாமா மாப்ள.” தலையாட்டினான் ராமலிங்கம். நாற்காலியிலிருந்து எழுந்தார் கலியபெருமாள்.

15

கலியபெருமாளின் இரு கைகளை இறுக்கமாய் பிடித்திருந்த முதலாளியின் கண்கள் கலங்கியிருந்தன. “ரொம்ப நல்லதுங்க. என்னன்னு சொல்றது... ஊமச்சாமி இங்க வந்ததும்தான் இந்த ஓட்டலே விருத்தியடைஞ்சிதுன்னு சொல்லலாம். இப்போ பாருங்க ஏகப்பட்ட ஓட்டல் வந்துடுச்சி... அருணமலையும் டெவலப் ஆயிட்ருக்கு. கூட்டம் அதிகமா வருது. பாருங்க அரசாங்கமே முன்னெடுத்து ரோடெல்லாம் அகலப்படுத்தப் போறாங்க... ஊமச்சாமி யார்கிட்டவும் அதிகம் இல்ல எதுவுமே பேசுனதில்லைனுதான் சொல்லணும். ஒரு மனுசனால இப்டி இருக்க முடியுமான்னு எனக்கே ஆச்சரியமாருக்கும். எதும் தப்பு பண்ணிட்டு இங்க வந்திட்டிங்களான்னு கூட கேட்ருக்கேன். எதுக்கும் பதில் இல்ல... போலீஸ் எதும் என் ஓட்டல்ல காலெடுத்து வச்சதுன்னா உங்கள உசுரோட விடமாட்டேன்னு சொல்லிப்பாத்தேன். தப்பு எதும் பண்ணல... வேற எதும் கேக்காதீங்கன்னு ஒரே பதில். இதுநா வரைக்கும் நானும் எதும் கேக்கல. அவரும் எதும் சொன்னதில்ல. எரிமலைய உள்ள அடக்கி வச்சிருக்குற திருவண்ணாமலை மாதிரிதான் ஊமச்சாமி இருந்தாரு. சம்பளம்னு குடுத்தத கூட வேணாம்னு சொன்னதால கடை அக்கவுன்ட்ல போட்டு வச்சிட்டேன். பணம் எடுக்கப் பையன் போயிருக்கான். பேங்குக்கு போன்

பண்ணி சொல்லிட்டேன். வந்ததும் பேக்ல போட்டுத் தரேன். எல்லாம் ஊமச்சாமி சம்பாரிச்சது. பத்திரம்ங்கய்யா... ஊமச்சாமி கூட இத பாத்ததில்ல... ஊமச்சாமிக்கும் ஒரு குடும்பம் குழந்த பொண்டாட்டிலாம் இருக்கும்னு நெனைக்கிறப்பவே சந்தோசமாருக்கு. கூட இருக்குற சொந்த பந்தத்தையெல்லாம் நம்பாமத்தான் எனக்கு அடுத்தபடியா இந்த ஓட்டல நீங்களே பாத்துக்குங்கன்னு சொல்லியிருந்தேன்... அண்ணாமல வேற எதோ கணக்கு வச்சிருக்கான் போல... உங்களுக்கு எப்டியோ... உங்க மருமகப்புள்ள எங்களப் பொறுத்தவரைக்கும் கடவுள்தாங்க..." விழி தாண்டி இறங்கியது கண்ணீர்.

கலியபெருமாள் ஏற்பாடு செய்திருந்த கார் ஓட்டல் வாசலில் வந்து நின்றது. பணம் நிரம்பிய பையை கார் டிக்கியில் வைத்த கலியபெருமாள் முதலாளியிடம் சொல்லிக்கொண்டு கார் ஏறினார். யாரிடமும் எதுவும் பேசாமல் நின்றிருந்த ராமலிங்கத்தின் கைகளை மட்டும் பிடித்துக்கொண்டு நெகிழ்ந்திருந்தார் முதலாளி. இருவரையும் ஆச்சரியமாய் பார்த்தபடி நின்றிருந்தது சாலையில் வெயில்.

"வரேன்..." சொல்லிவிட்டு காரில் அமர்ந்த ராமலிங்கத்தின் கண்களில் மலையின் நிழல் நகர்ந்து விலகியதைக் கவனித்தார் முதலாளி. திருவண்ணாமலை தாண்டியதும் காரை நிறுத்தி இறங்கிய கலியபெருமாள் அங்கிருந்த பப்ளிக் பூத்துக்குச் சென்று பேசிவிட்டு வந்தார்.

"நம்ம வீட்டுக்குதான் பேசுனேன் மாப்ள. நம்ம வீட்டுல இப்போ டெலிபோன் கனெக்சன் குடுத்துருக்கு. சம்மந்தி மட்டும் தனியா இருக்காரேன்னு அவசர ஆத்திரத்துக்கு போன் பண்ணி விசாரிச்சிக்கலாம்னு நான்தான் போனுக்கு ஏற்பாடு பண்ணேன். விஷயம் கேள்விப்பட்டதும் மனுசனுக்கு பேச்சே வரல. கமலா கிளினிக்குக்கு போன் பண்ணி வரச்சொல்லிடுறேன்னு சொல்லிட்டாரு... இப்படிப்பட்ட மனுசங்கள விட்டுட்டு எப்டி மாப்ள உங்களால..." டிரைவரின் பார்வையைக் கவனித்த கலியபெருமாள் பேச்சை பாதியில் நிறுத்தினார். ஏதேதோ கதைகள் பேசிக்கொண்டு வந்தார் கலியபெருமாள். பதில் எதுவும் சொல்லாமல் காருக்கு வெளியில்

விரைந்த இடங்களைக் கண் கொட்டாமல் பார்த்தபடி வந்தான் ராமலிங்கம். விடியற்காலையில் நயினார் குப்பத்துக்குள் நுழைந்தது கார்.

விடிய விடிய தூங்காமல் திண்ணையில் அமர்ந்தபடி வாசலையே பார்த்துக்கொண்டிருந்த பரமசிவம் அதிகாலையில் கண் அசந்துவிட்டார். சுவரில் சரிந்து அமர்ந்து தலை தொங்க உறங்கிக்கொண்டிருந்தவரை ஆரத்தி தட்டுடன் வந்த கமலாதான் தொட்டு உலுக்கினாள். உடல் அதிர கண் திறந்தவர் அனிச்சையாய் வாய் திறந்து, "பெரியவனே..." என்றார்.

காரை விட்டு இறங்கி நின்ற ராமலிங்கத்தைப் பார்த்த கமலாவின் முகம் புன்னகையில் விரிந்தது. அடையாளமே தெரியாமல் கமலா உடல் ரீதியாக நிறைய மாறியிருந்தாள். உடம்பில் கணிசமான எடை போட்டிருந்தாள். இடுப்பில் சதை தனியாகப் பிதுங்கித் தெரிந்தது. இறுக்கமான ஜாக்கெட் கைகளின் சதையைப் பிதுக்கிக் காட்டிக்கொண்டிருந்தது. முகமும் பளபளப்பாகத் தெரிந்தது. மூன்று வருடங்களாகக் கணவனைப் பிரிந்த அறிகுறி எதுவுமில்லாமல் சதைப் பிண்டமாய் தெரிந்தாள் கமலா. ஆனால் அதே மூன்று வருடங்களில் ராமலிங்கத்திடம் கூடியிருந்த சற்றே முதிர்வான உடம்பும் மனதை இறுக்கியதில் முகத்தில் தெரிந்த உறுதியும் அடர் தாடி மீசையும் அனைத்தையும் மீறி வெளித்தெரிந்த கண்களின் கூர்மையும் அந்த இடத்தின் இருளை அகற்றி வெளிச்சம் பரப்பிக்கொண்டிருந்தது. பரமசிவத்தின் கை குவிந்து ராமலிங்கத்தைப் பார்த்துக் கும்பிட்டன. எந்த உணர்ச்சியும் வெளிக்காட்டாத ராமலிங்கத்தின் முகம் கமலாவின் கையிலிருந்த ஆரத்தி தட்டில் எரிந்துகொண்டிருந்த கற்பூரத்தையே பார்த்துக்கொண்டிருந்தது. இரு கண்களிலும் தீயின் பிம்பம். கைகள் நடுங்க ஆரத்தி தட்டைச் சுற்றியவள் கட்டைவிரலால் குங்குமக் கரைசலைத் தொட்டு ராமலிங்கத்தின் நெற்றியில் தீட்டினாள். பல வருடங்களுக்குப் பிறகு ஒரு பெண்ணின் விரல் ஸ்பரிஸம் நெற்றியில் பட்டதும் தீயென எரிந்தது நெற்றிக்கண். கெண்டைக்கால் நரம்பில் ஊறல் எடுத்தது. அக்கம் பக்கத்து வீட்டு வாசல்களில் தலைகள் எட்டிப்பார்த்தன. ராமலிங்கம் உள்ளே நுழைந்தான். ஹாலில்

மாட்டப்பட்டிருந்த புண்ணியகோடியின் போட்டோ முன்பு நின்றபடி கண்ணிமைக்காமல் பார்த்தான். ஆரத்தியை வாசலில் ஊற்றிவிட்டு உள்ளே வந்தாள் கமலா. பரமசிவம் உடல் நடுங்க வந்து நின்றார். "ஒக்காருங்க மாமா..." பிளாஸ்டிக் சேரை இழுத்துப்போட்டாள். "இந்தக் கால்வலிதான் நிக்க வுட மாட்டேங்குதே..." நாற்காலியைக் கைகளால் தடவி கால் நடுங்க அமர்ந்தார்.

இன்னொரு நாற்காலியை இழுத்துப் போட்டாள். அவள் எதுவும் சொல்லும் முன்பே அந்த நாற்காலியில் அமர்ந்தான் ராமலிங்கம். கலியபெருமாள் நின்றுகொண்டிருந்தார். அவராகவே, "ச்சும்மா இருக்கட்டும்மா... பாயை எடுத்துப்போடு...ஒக்காருறேன்... இந்தா இத பீரோவுக்குள்ள வைய்யி" என்று பணம் நிரம்பிய பேக்கை நீட்டினார்.

"இருங்க... காபி போட்டு எடுத்துட்டு வரேன்..." பரபரப்பாகவும் படபடப்பாகவும் இருந்தாள் கமலா.

"பெரியாச்சி... அங்க கேட்டுக்கம்மா... காபி குடிப்பாங்களான்னு கேட்டுக்கம்மா..." என்றார் பரமசிவம். ராமலிங்கம் திரும்பி பரமசிவத்தைப் பார்த்தான். 'ம்' என்பதுபோல் தலையாட்டினான். கமலா சமயலறைக்கு விரைந்தாள்.

"சின்ன மாப்ளைக்கி விவரம் தெரியுமா... சொன்னீங்களா..." என்றார் கலியபெருமாள்.

"நேத்து நீங்க விவரம் சொன்னதுமே கமலாவுக்கு சொல்லிட்டு கமலாவையே விட்டு பரந்தாமனுக்கும் சொல்லச் சொல்லிட்டேன். சம்பந்தி..." சட்டென்று உடைந்து அழத்தொடங்கினார் பரமசிவம். கைகள் கலியபெருமாளைக் கும்பிட்டன.

"அய்யய்யே என்ன சம்மந்தி... ஒங்களுக்கு மகன்னா எனக்கு மருமகன் இல்லியா... என் பொண்ணு வாழ்க்கை எனக்கு முக்கியம் இல்லியா... அங்க மாப்ளைய பாத்ததும் எனக்கு கையும் ஓடல காலும் ஓடல... பசியெல்லாம் மரத்துப் போயிடுச்சி... மாப்ளதான் கட்டாயப்படுத்தி சாப்புடச் சொன்னாரு. அங்க மாப்ளைய எல்லாரும் கடவுள் மாதிரி பாக்குறாங்க... நமக்குதான் மாப்ள அரும தெரியாம போயிடுச்சி..."

“பெத்தவனுக்குத் தெரியாதா சம்மந்தி புள்ள அரும... ஏதோ சனி கால கவ்வுன மாதிரி கெட்ட நேரம் சேர்ந்து வந்துடுச்சி... நெனச்சி பாத்தோமா யாரும் ஒரே சமயம் ஒரு புள்ள கால ஒடச்சிட்டு ஆஸ்பத்திரில கெடக்கும் இன்னொன்னு தூக்குல தொங்கும்னு... என்னன்னமோ நடந்துபோச்சி... யார குத்தம் சொல்றது... ஏதோ கெட்ட கனவா நெனச்சி மறக்க வேண்டிதான்...ஹ்ம்ம்ம்ம்... அப்பன வந்து பாக்குறப்ப என் பேரன் மூஞ்சி போற போக்க பாக்கணுமே...” தொந்தி குலுங்க சிரித்தார் பரமசிவம்.

“எங்க அகிலன காணும்...அகிலன் எங்கம்மா கமலா...?”

சமையல் கட்டிலிருந்து குரல் வந்தது. “அவன் ஸ்கூல்ல ஏதோ டூர்னு சொன்னாம்பா... நாளைக்கி காலைல வந்துடுவான்...”

“அடடா... அகிலனுக்கு ஒரு சர்ப்ரைஸ் போச்சே...”

“ஏன் நாளைக்கி வந்து பாக்குறப்பவும் அவனுக்கு சர்ப்ரைஸாதான் இருக்கும்...” எவர்சில்வர் தட்டில் வைத்து மூன்று டம்ளர்களில் காபி கொண்டுவந்தாள்.

யாரையோ குறித்து யாரோ பேசிக்கொண்டு இருக்கிறார்கள் என்பது போலவே அமர்ந்திருந்தான் ராமலிங்கம். அகிலன் என்றதும் வீட்டின் சுவரில் போட்டோ எதுவும் தொங்குகிறதா என்பதுபோல் நிமிர்ந்து பார்த்தான். காரில் வரும்போது கலியபெருமாள் சொன்ன கமலாவின் தனிக்குடித்தனம் ஞாபகம் வந்ததும் தலையைக் குனிந்துகொண்டான். காபி தந்துவிட்டு ராமலிங்கத்திடம், “சக்கர சரியாயிருக்காங்க...” என்றாள். தலையசைத்தான்.

“மாப்ளைக்கி தூக்கம் வந்தா தூங்கச் சொல்லலாம்ல... ஏம்மா கமலா அறையெல்லாம் சுத்தமாதான இருக்கு...”

“நைட்டே வந்து சுத்தம் பண்ணிட்டேம்பா... பெட்லாம் தட்டிதான் வச்சிருக்கேன்...ஏங்க படுக்குறீங்களா செத்த...” என்றாள் ராமலிங்கத்திடம்.

“ம்...” என்றான்.

“மாமா... நீங்களும் கொஞ்சம் படுங்களேன். நைட்டெல்லாம்

தூங்காம முழிச்சிட்ருந்தீங்க... கொல்லையில பாத்திரமெல்லாம் வெளக்காம கெடக்கு... நான் வேலைய பாக்குறேன்...”

“நீ போயி வேலைய பாரு... நான் விஜி கடைக்கி போயிட்டு வந்துடுறேன். காலைலையே போனாதான் எளங்கறியா வெட்டி தனியா குடுப்பான். ரத்தம் இருந்தாகூட வாங்கிட்டு வந்துடுறேன். காலைல இட்லிக்கி கொழம்பு வச்சா பெரியவனுக்குப் புடிக்கும்...”

“ஏன் சம்மந்தி நீங்க பாட்டுக்கு அடுக்கிட்டுப் போறீங்க... மாப்ள இருந்தது திருவண்ணாமலை. வேல பாத்ததும் சைவ ஓட்டல்தான். ஆள பாத்தாலே கையெடுத்துக் கும்புடுற மாதிரி தாடியும் மீசையுமா தெய்வ களைல இருக்காரு...கறிலாம் திம்பாரான்னு கேட்டுக்குங்க...”

“இதுவரைக்கும் வேணும்னா அவன் சாமியா இருந்துட்டுப் போகட்டும். இனிமே அவன் எம்புள்ளதான... அதெல்லாம் திம்பான் திம்பான்... பெரியவனே கறிலாம் திங்கிறியா... மரக்கறிக்கி மாறிட்டியா...”

அறைக்குள் போவதற்காக எழுந்த ராமலிங்கம், “இல்ல சாப்புடுவேன்...” என்றபடி அறைக்குள்ளே நுழைந்தான்.

16

கட்டிலில் மல்லாந்து படுத்திருந்தான் ராமலிங்கம். மெத்தை முதுகில் உறுத்தியது. இதே கட்டிலில்தான் மூன்று வருடங்களுக்கு முன்பு தூக்கமே வராமல் விடிய விடிய இருட்டோடு பேசிக்கொண்டு இருந்திருக்கிறான். இதே கட்டிலில்தான் கமலாவால் அவமானப்படுத்தப்பட்டு திரும்பியிருக்கிறான். வேறு எதுவும் அந்தக் கட்டில் அவனுக்கு ஞாபகம் ஏற்படுத்தவில்லை. சமயலறையில் கமலா மெல்லிய ஹம்மிங்கோடு சமைத்துக்கொண்டிருந்தது தெரிந்தது. தான் எப்போது கடைசியாய் அசைவம் சாப்பிட்டோம் என்று யோசித்துப் பார்த்தான். வீட்டில் இருந்தபோது மூன்று வருடங்களுக்கு முன்பு சாப்பிட்ட அசைவ ருசி எதுவும் அவன் நினைவிலில்லை. கடந்த மூன்று வருடங்களாக உணவின் ருசி மட்டுமில்லாமல் வாழ்வின் ருசியே அவனுக்கு அலுத்திருந்தது. சமயலறையிலிருந்து மிதந்து வந்த கறி வேகும் வாசனை ராமலிங்கத்தின் நாசியைத் தீண்டினாலும் அவனால் சலனிக்காமல் இருக்க முடிந்தது.

ஏதேதோ பேசிக்கொண்டு பரமசிவம் வீட்டுக்குள் அலைந்து கொண்டிருந்தார். திண்ணையில் நாற்காலியில் அமர்ந்திருந்த

கலியபெருமாள், “அங்க இங்க அலையாம செத்த வந்து ஒக்காருங்க சம்மந்தி...” என்றார்.

“எம்புள்ளைக்கி என்ன புடிக்கும்னு பாத்து பாத்து செய்யணும் சம்மந்தி... எப்டி போன புள்ள எப்டி வந்துருக்கான்... எனக்கு இனிமே ஓய்வே கெடையாது சொல்லிப்புட்டேன்...” உணர்ச்சிப் பெருக்கில் பரமசிவம் அலையாடிக்கொண்டிருந்ததைப் பார்த்துச் சிரித்தார் கலியபெருமாள்.

பத்து மணி போல் பரந்தாமனும் உலகநாயகியும் பைக்கில் வந்து இறங்கினார்கள். பைக்கின் முன்னால் பரந்தாமனின் மார்பை அணைத்தபடி அவர்களின் மகள் உட்கார்ந்திருந்தாள். “அண்ணே...” என்றபடி வந்த பரந்தாமனுக்குத் தொப்பை பெரிதாயிருந்தது. அவனின் மகள் ராமலிங்கத்தைப் பார்த்ததும் பயந்துபோய் வீறிட்டு அழ ஆரம்பித்தாள். கமலா வந்து குழந்தையைத் தூக்கிக்கொண்டு போனாள். உலகநாயகி அறைக்குள் நுழைந்து, “வாங்கத்தான்...” என்று சிவந்த ஈறுகள் தெரிய சிரித்தாள். படுத்திருந்த ராமலிங்கம் எழுந்து அமர்ந்தான். கைகளில் நடுக்கத்தை உணர்ந்தான். ராமலிங்கத்தைப் பார்த்ததும் பரந்தாமனின் முகம் மாறியது. மதகடி பாலத்துக்குக் கீழ் தம்மடிக்க போன அண்ணனா இது என கண்கள் விரித்து வியந்துபோனான். பரந்தாமன் அமர்வதற்காக நாற்காலியை எடுத்துப் போட்டாள் கமலா. “இல்லண்ணி வேணாம்... அண்ணன் ரெஸ்ட் எடுக்கட்டும்... நாளைக்கி கூட பேசிக்கலாம்... அண்ணன் சாப்புட்டாரா” என்று கேட்டான்.

“எல்லாம் ரெடி... நீங்க வந்ததுக்கப்புறம் எல்லாரும் ஒண்ணா ஒக்காந்து சாப்புடலாம்னு மாமா சொன்னாங்க... மாமா கட வரைக்கும் போயிருக்காங்க... வந்த ஒடனே சாப்புடலாம்...” என்றாள்.

ஹாலில் வந்து உட்கார்ந்தான் பரந்தாமன். சமயலறைக்குள் புகுந்துகொண்டாள் உலகநாயகி. விஷயம் கேள்விப்பட்டு சக்கரை வந்திருந்தான். அவனும் ராமலிங்கத்தைப் போய் பார்த்துவிட்டு திண்ணையில் வந்து அமர்ந்துவிட்டான். பரமசிவம் வந்ததும் அனைவரும் சாப்பிட உட்கார்ந்தார்கள்.

ஹாலில் பாய் விரிக்கப்பட்டது. புண்ணியகோடியின் போட்டோவுக்குக் கீழே ஆண்கள் நால்வரும் அமர கமலாவும் உலகநாயகியும் பரிமாறினார்கள். சம்மணமிட்டுத் தரையில் அமர்ந்த ராமலிங்கத்தை கமலாவும் பரமசிவமும் ஆச்சரியமாய் பார்த்தார்கள். பரமசிவம் நெஞ்சுக்குள் சந்தோசக் குமிழி பெரும் அலையானது. தட்டில் சூடான இட்லியும் அதன் மேல் சூடாய் ஆட்டுரத்தக் குழம்பும் ஊற்றப்பட்டது. அவசர அவசரமாக அள்ளிச் சாப்பிட்ட ராமலிங்கத்தைப் பார்த்துப் பழகியவர்களுக்கு இட்லிக்கும் குழம்புக்கும் எந்தத் துன்பமும் ஏற்பட்டுவிடக்கூடாது என்பது போல் தொட்டுத் தொட்டுச் சாப்பிட்ட ராமலிங்கத்தைப் பார்க்க ஆச்சரியமாகத்தான் இருந்தது. பல வருடங்களுக்குப் பிறகு மீண்டும் வீட்டில் உள்ள அனைவருக்கும் காட்சிப் பொருளாகிப் போனான் ராமலிங்கம்.

சாப்பிட்டதும் கலியபெருமாள் ஊருக்குக் கிளம்பினார். வாசலில் வந்து நின்று கலியபெருமாளின் கையைப் பிடித்துக் கண்ணில் ஒற்றிக்கொண்டு அழுதார் பரமசிவம்.

“என்ன சம்மந்தி... சின்னப் புள்ளையாட்டம் அழுதுகிட்டு... அதான் மருமகன் கெடைச்சிட்டார்ல... இனிமே எந்தத் தும்பமும் இல்ல...சந்தோசமா இருங்க... ஊர்ல போட்டது போட்டபடி கெடக்கு... இல்லைனா நானும் இருந்துட்டு நாளைக்குப் போவேன்... போய் கறவையெல்லாம் என்னாச்சின்னு பாக்கணும்... அவகிட்ட சொன்னா அவ ஓடனே இங்க வரணும்னு குதிப்பா... ஞாயித்துக்கெழமையா பாத்து வரோம் ஒருநாளு... நீங்க உங்க புள்ள கூட பேசி சிரிச்சி சந்தோசமா இருங்க... போங்க... சின்ன மருமவனே கொஞ்சம் பஸ் ஸ்டாண்ட் வரைக்கும் விட்றிங்களா...” என்றார் பரந்தாமனைப் பார்த்து. பரந்தாமன் பைக்கை ஸ்டார்ட் செய்தான்.

கலியபெருமாள் சென்றதும் கொல்லைப்புறத்தில் நால்வரும் அமர்ந்து பேசிக்கொண்டிருந்தனர். அவ்வப்போது அடுப்பில் வெந்துகொண்டிருந்த கறியைத் தொட்டுப் பதம் பார்த்துக்கொண்டிருந்தாள் கமலா.

“என்னப்பா... நான் பார்த்ததும் பயந்தே போயிட்டேன்... நம்ம அண்ணனா இது... அவரு முகம் இப்டி இருந்து நான் பார்த்ததே

இல்லப்பா... தாடி மீசைலாம் கூட மொரடா தெரியிது... திருவண்ணாமலைனு அண்ணி போன்ல சொன்னதும் நான்கூட சாமியாரு மாதிரி சாதுவா இருப்பாருன்னு நெனச்சேன். ரூம்ல நொழஞ்சி அண்ணன்னதும் நிமுந்து பாத்தாரு பாரு... பகீர்னு ஆய்டுச்சிப்பா... நின்ன நெலைக்கி பத்து பேர சாய்ப்பாரு போல..."

"எனக்கும் அப்டித்தாங்க இருந்துச்சி... நான் வர்ற வழியில போன ஒடனே அத்தான்கிட்ட ஆசிர்வாதம் வாங்கணும்னுலாம் நெனச்சிட்டு வந்தேன். இங்க வந்து பாத்தா கையும் ஓடல காலும் ஓடல... சாமியார் மாதிரிதாங்க இருக்காரு... கொஞ்சம் மொரடா தெரியிறாரு. அவளோதான்..." உலகநாயகியின் மடியில் படுத்தபடி அவள் குழந்தை தூங்கியிருந்தது.

"அய்யோ... எனக்கு ஆரத்தி எடுக்கவே முடியல... கை கால்லாம் நடுங்குது... வேட்டி சட்ட போட்டுகிட்டு ஓங்குதாங்கா அய்யனாரே நின்னமாதிரி..."

"அட... எப்போ அண்ணி அய்யனார தாடி மீசையோட பாத்தீங்க..." பரந்தாமன் சிரித்தான்.

"அவன் அய்யனாருதான்டா... தாடி மீச வச்ச அய்யனாரு... எவ்ளோ கஷ்டப்பட்டுட்டான் எம் புள்ள... இன்னிக்கி அவன்தான் நம்ம குடும்பத்துக்கு கடவுள் மாதிரி வந்துருக்கான்... எத்தினி வருசமாச்சி நாம இப்டி ஒக்காந்து பேசி..." நாற்காலியில் அமர்ந்திருந்த பரமசிவத்துக்கு கண்கள் கலங்கியபடியே இருந்தது. உடம்பின் நடுக்கமும் குறையவில்லை.

"நமக்கு ஒண்ணுன்னா தெருமொன பொட்டிக்கடைக்கிப் போவாங்களா இந்த மாமா... இன்னிக்கி பெரியபுள்ளைய பாத்ததும் கறி எடுக்க காலங்காத்தாலையே போயாச்சி... கால் வலில்லாம் எங்க போச்சின்னு தெரில..."

"எம் மவன் வந்துட்டான்... இனிமே எனக்கு என்ன காலுவலி... அவன் கெடச்ச சந்தோசத்துல போய்ச் சேந்துடுவேன் நான்..."

இரு கைகளையும் மடித்துத் தலைக்குப் பின்னால் வைத்துக்கொண்டு கட்டிலில் படுத்திருந்த ராமலிங்கத்தின் காதில் அனைவர் பேசும் பேச்சும் விழுந்தபடிதான் இருந்தது. எதையும்

மறுக்காமல் கேட்டுக்கொண்டிருந்தான். எவ்வித உணர்ச்சியும் வெளிக்காட்டாமல் முகம் இறுகி இருந்தது. திண்ணை தாண்டி வீட்டுக்குள் நுழைந்த வண்ணத்துப்பூச்சி ஒன்று சிறகசைத்தபடி அறைக்குள் நுழைந்தது. மேலே சுற்றிக்கொண்டிருந்த ஃபேனின் வேகத்தைக் கவனித்துக்கொண்டிருந்த ராமலிங்கத்தின் கண்களில் சிறியதாய் ஒரு பதற்றம் வந்துபோனது. அவன் பார்த்துக்கொண்டிருக்கும்போதே சிறகசைத்துப் பறந்து அறையை விட்டு வெளியே போனது. கண்களை மூடினான் ராமலிங்கம். முதுகுத்தண்டில் மெத்தையின் மென்மை உறுத்தியது. 'உறுத்துற எதுவா இருந்தாலும் ஒடனே விலக்கிடு...' தாடி சாமியின் குரல் கேட்டது. கட்டிலை விட்டு இறங்கினான். ஹாலுக்கு வந்து நாற்காலியில் அமர்ந்தான். அவனைப் பார்த்ததும் கொல்லைப்புற அரட்டை அப்படியே நின்றது. "ஏண்ணே என்ன வேணும்...?" பரந்தாமன் எழுந்து ஓடிவந்தான்.

"ஒண்ணுமில்ல... இங்க ஒக்காந்துக்குறேன்..." ராமலிங்கத்தின் அந்தப் பதிலே பரந்தாமனுக்குப் பெரும் ஆசிர்வாதம் போல் பட்டது. சாமி அறைக்குச் சென்ற ராமலிங்கம் அங்கிருந்த விபூதிப் பொட்டலத்தில் கைவிட்டுக் கொஞ்சம் அள்ளியவன் வெளியே வந்து உலகநாயகியின் மடியில் அமர்ந்திருந்த அவள் மகளின் நெற்றியில் பூசப்போனான். மிக அருகில் ராமலிங்கத்தின் முகம் பார்த்த குழந்தை வீறிட்டு அழத் தொடங்கினாள். கை கால்களை உதைத்துக் கொண்டு அழுத குழந்தையிடமிருந்து நகர்ந்த ராமலிங்கம் நாற்காலியில் வந்து அமர்ந்தான். கையில் இருந்த விபூதி கொஞ்சம் கொஞ்சமாக உதிர்ந்துகொண்டிருந்தது. வாசலில் இருந்த பைக்கை கிளப்பிக்கொண்டு போன பரந்தாமன் சிறிது நேரத்தில் ஒரு லிட்டர் பெப்சி பாட்டிலோடு வந்தான். ஹாலில் ராமலிங்கத்துக்குப் பக்கத்தில் நாற்காலியில் அமர்ந்திருந்தார் பரமசிவம். சமயலறைக்குச் சென்று கமலாவிடம் பெப்சி பாட்டில் தந்தவன், "அண்ணன் குடிப்பாரான்னு கேக்கவா..." என்றான்.

"அதான் காலைல ரத்தம் தின்னாங்கள்ல... அதெல்லாம் குடிப்பாங்க... நாமதான் ஒண்ணொண்ணா நெனச்சி பயந்துக்குறோம்..." என்றாள் கமலா.

டம்ளரில் ஊற்றித்தந்த பெப்சியை வேண்டாம் என்று மறுத்தான் ராமலிங்கம். சமயலறையில் நின்றுகொண்டு கமலாவைப் பார்த்துச் சிரிக்கத் தொடங்கினாள் உலகநாயகி. ராமலிங்கத்தின் ஆசியினை நிராகரித்திருந்த குழந்தை வாய்பிளந்து அயர்ந்து உறங்கிக்கொண்டிருந்தாள்.

17

வாழை இலை வாங்கி வரச்சொல்லி சக்கரையை அனுப்பினார் பரமசிவம். இலை வந்ததும் மதிய சாப்பாடு பரிமாறப்பட்டது. வாழை இலை முழுவதும் பதார்த்தங்கள் இருந்தன. கறிக்குழம்பு வைத்து கறி வறுத்திருந்தார்கள். ரத்தப்பொரியல் இருந்தது. ஈரலும் தனியாக வாங்கி வறுத்து வைத்திருந்தார்கள். “என் பெரியாச்சியும் சின்னாச்சியும் சேர்ந்த கைப்பக்குவத்துல ரொம்ப நாளைக்கி அப்புறம் என் மனசும் இந்த வீடும் மணத்துப்போய் நெறஞ்சி இருக்கு... அடுத்த வாரமா பாத்து குலதெய்வத்துக்குப் போய் ஒரு அர்ச்சனைய பண்ணிட்டு வந்துடணுமய்யா... பரந்தாமா இப்பவே லீவுக்கு சொல்லி வச்சிரு... என்னா...” பரமசிவம் கறிச்சோற்றை மென்றுகொண்டே சொன்னார். குழம்பு, ரசம், மோர் என்று பரிமாறப் பரிமாற எதையும் மிச்சம் வைக்காமல் சாப்பிட்டான் ராமலிங்கம். ஆண்கள் அனைவரும் சாப்பிட்டு முடித்ததும் இலைகளை எடுத்து தெருமுனைக் குப்பைத்தொட்டியில் போட்டுவிட்டு வந்த உலகநாயகி கை கழுவிவிட்டு வந்ததும் கமலாவும் அவளும் சாப்பிட உட்கார்ந்தனர்.

பல வருடங்களுக்குப் பிறகு திருப்திகரமாகச் சாப்பிட்ட பரமசிவத்துக்குத் தூக்கம் கண்களைச் சுழற்றியது. முதல் நாள்

தூங்காதது வேறு எவ்விதக் கேள்வியும் இல்லாமல் ஹாலில் அவரைச் சாய்த்தது. அறைக்குள் படுத்திருந்த ராமலிங்கத்துக்கு தூக்கம் வரவில்லை. ஆனால் இத்தனை நாள் இல்லாமல் திடீரென்று அளவுக்கு மீறி சாப்பிட்டிருந்தது லேசாய் திணறலாய் இருந்தது. வேட்டியை அவிழ்த்து தளர்வாக்கிக் கட்டிக்கொண்டான். இன்னொரு நாள் வந்து பார்ப்பதாய் ராமலிங்கத்திடம் சொல்லிவிட்டு சக்கரை கிளம்பினான். உலகநாயகி சாப்பிட்டு முடித்ததும் பரந்தாமன் கிளம்பினான். பாதி தூக்கத்தில் கண் விழித்த பரமசிவம், "ஏந்தம்பி வெயில் என்னமா உச்சி மண்டைய பொளக்குது... கொழந்த புள்ளைய தூக்கிட்டு இதுல போவியா... கவுச்சி தின்னுட்டு பொசுக்குற வெயில்ல போகவேணாம்... வெயில் தாழ போலாம். செத்த படுப்பா..." சொல்லிவிட்டு கண்கள் செருகி தூங்கத் தொடங்கினார்.

உலகநாயகியும் கமலாவும் கொல்லைப்புறத்தில் அமர்ந்து கதை பேசத் தொடங்கினார்கள். பரந்தாமன் தனது அறையில் போய் படுத்தான். வாசலில் சுட்டெரித்துக்கொண்டிருந்தது வெயில். என்றைக்கும் இல்லாத அதிசயமாய் அந்த வீடு பகலில் நிறைய வெளிச்சத்தில் இருந்தது.

"என்னக்கா கிளினிக்குக்கு லீவ் போட்ருக்கீங்களா..." என்றாள் உலகநாயகி.

"ஆமா நாயகி... கௌரின்னு புதுசா ஒருத்தி சேந்துருக்கா வேலைக்கு... டாக்டருக்கு அவதான் எல்லாம் இப்போ... பார்மசி முடிச்சிருக்காளாம்... அவ இருக்குறதால என்ன யாரும் தேடுறதுல்ல... லீவெல்லாம் கேட்டா மூஞ்சி காட்றதுல்ல யாரும்... நீ என்ன மறுபடியும் மாசமா இருக்கியா...பூசுன மாதிரி இருக்கியே..."

"ஆமாக்கா... நாள் தள்ளிப்போயிருக்கு... இன்னும் டாக்டர பாக்கல... மொத கொழந்தையே அவரு பையனத்தான் எதிர்பாத்தாராம்...பொண்ணுங்கவும் கொஞ்சம் சுளிப்பு..."

"இந்தக் காலத்துலையும் பொண்ணு வேணாம் பையந்தான் வேணும்னு சொல்ற ஆளுங்களும் இருக்கு பாரேன்...இவங்க

வேற திடுதிப்னு வந்து நிக்கிறாங்க... எனக்குதான் என்ன பண்ணன்னு தெரியல...”

“ஏங்கா... இந்த வீட்டுல இருக்கணும்னு சொல்வாருன்னு நெனைக்கிறீங்களா... உங்களுக்கும் வாடக மிச்சம்தானேக்கா...”

“வாடக மிச்சத்த பாத்தா தூரம்னு ஒண்ணு இருக்கு... பஸ்ஸுக்கு குடுக்குற காசும் வாடகையும் சரியாதான் இருக்கும்...அதுக்கில்ல நாயகி...தோப்பும் இல்ல...இன்னும் கால விந்தி விந்திதான் நடக்குறாங்க...முக லட்சணம் பாத்து வேல குடுப்பாங்களா யாரும். அவங்களும் சம்பாரிச்சாதான குடும்பம் ஓட்ட முடியும்... நானும் அகிலனும் இருக்குறப்ப செலவு வேற... நாளைக்கி நாளானைக்கி பேசுறப்ப சொல்லிப் பாக்கணும்... நான் ஏதும் வேல பாத்து தந்தா போவீங்களான்னு... எனக்கென்னமோ இந்த வீட்டுல இருக்குறதுக்கு ஒப்பல...மாமா போடுற ஆட்டத்த பாத்தா அப்பாவும் புள்ளையும் ஒண்ணு சேந்துடுவாங்க போல...”

“அய்யோ சத்தமா பேசாதீங்க... மெதுவா பேசுங்க... மாமா முழிச்சிட்ருக்கப் போறாரு...”

“ம்க்கும்... மூக்காலையும் வாயாலையும் விடுற கொறட்ட பக்கத்து தெரு வரைக்கும் கேக்கும்... ஒன் காதுக்கு கேக்கலியாக்கும்... கொறட்டைய பாத்துட்டுதான் சொன்னேன்...”

அவர்கள் இருவரும் பேசிக்கொண்டிருந்தது பரமசிவத்தின் காதில் விழவில்லையென்றாலும் ஹால் கடந்து அறைக்குள் படுத்திருந்த ராமலிங்கத்தின் காதில் விழுந்தது. சாப்பிட்டுவிட்டுப் படுத்தவன் கண்களில் மறுபடியும் வண்ணத்துப்பூச்சி தென்பட்டதால் ஃபேனை நிறுத்தியிருந்தான். அறைக்குள் வெப்பம் கசிந்தாலும் கண்களை மூடி வெறுமனே படுத்துக் கிடந்தவனின் காதில் இருவரும் பேசிக்கொண்டிருந்தது தெளிவாகக் கேட்டது.

தூங்கி விழித்த பரமசிவம் பசும்பால் வாங்குவதற்காக சொம்பை எடுத்துக்கொண்டு புறப்பட்டார். எதிர்வெயில் முகத்தில் சுள்ளென்று தாக்கியது. விழித்து எழுந்த பரந்தாமன் முகம் கழுவி புறப்பட்டான். “இருங்க தம்பி... அப்பா பால் வாங்கப் போயிருக்காங்க... வந்ததும் காபி போட்டுத் தர்றேன்.

குடிச்சிட்டுப் போங்க...” என்றாள் கமலா.

“ஏன்... வீட்டுக்கு வந்து தர்றதில்லியா இப்போ... மதிவாணன் மாடுதான பால் கறக்குது...” என்றான் பரந்தாமன்.

“வீட்டுக்கு வந்து தந்து... வாங்குறதுக்கு ஆள் வேணும்ல...உங்க அப்பா பால் நிறுத்தி ரொம்ப நாளாச்சாம்...நேத்து இவங்க வர்றாங்கன்னு சொன்னதும்தான் அரிசி, இட்லி மாவு பால் எல்லாம் கடைக்குப் போய் வாங்கிட்டு வந்துருக்காங்க... அதுலதான் காலைல காபி போட்டது...” பேசிக்கொண்டே திண்ணை ஓரமாய் கிடந்த வாறுகோல் எடுத்து வாசலைக் கூட்டத் தொடங்கினாள். தண்ணீர் தெளித்து கோலம் போட்டு முடிக்கவும் பரமசிவம் பால் வாங்கி வரவும் சரியாக இருந்தது. காபி குடித்துவிட்டுக் கிளம்பினான் பரந்தாமன். ராமலிங்கத்திடம் சென்று, “சரி நாங்க கௌம்புறோம்ணே... எனக்கும் வொர்க்ஷாப் வேல அதிகமாருக்கு... இன்னிக்கி லீவுக்கே ஓனர் சத்தம் போட்டாரு... ஞாயித்துக் கெழம காலைல வர்றோம்ணே...” என்று சொல்லி விலகினான்.

எல்லோரும் புறப்பட்டுச் சென்ற பிறகு வீட்டில் பிரமாண்டமான உறுத்தும் நிசப்தம் ஒன்று நிலவியது. பரமசிவம் தினந்தோறும் அனுபவித்துக்கொண்டிருக்கும் கொடூர நிசப்தம். திண்ணையில் வந்து உட்கார்ந்தால் தெருவில் செல்பவர்கள் யாராவது பார்த்து விசாரித்தால் தேவையற்ற பதில் கூற வேண்டியிருக்குமென்று அறையை விட்டு வெளியில் வரவில்லை ராமலிங்கம். நாற்காலி எடுத்து திண்ணையில் போட்டு அமர்ந்திருந்த பரமசிவத்திடம், “நைட்டுக்கு டிபன் என்ன மாமா பண்ணட்டும்” என்றாள் கமலா.

“மதிய சோறு இருக்கா பெரியாச்சி... இல்லாட்டி வடிச்சிக்குறியா...”

“அதுக்கில்லீங்க மாமா... அவங்க இத்தன நாளும் நைட்டு என்ன சாப்புட்டாங்களோ... மதியமும் சோறு சாப்புட்டாங்க... இப்பவும் சோறுன்னா அவங்களுக்கு ஒத்துக்குமோ என்னமோ... கடைக்கி போய் கோதும மாவு வாங்கிட்டு வர்றீங்களா... சப்பாத்தி போட்டுடுறேன்...”

“சரி சரி ஆச்சி… உம் புருசன் மேல ஒன்ன விட யாருக்கு அக்கற இருக்கப்போகுது… பைய எடு கடைக்கி போயிட்டு வந்துடுறேன்…” பரமசிவம் எழுந்தார். மிக மெதுவாக நடந்து கடைக்கு வந்தார். கடையில் கூட்டமில்லை. மாவை வாங்கியவர் காலினைப் பிடித்துக்கொண்டு கடை வாசலில் அமர்ந்தார். பாண்டியண்ணன் எட்டிப்பார்த்து, “என்னண்ணே…கால் வலிக்கிதா என்ன… ராமலிங்கம் வந்துட்டதா கேள்விப்பட்டேன்… புள்ளைய பாத்த சந்தோசத்துல எல்லா வலியும் போயிடும்னு நெனச்சேன்… பையன விட்டு வீட்ல விடச் சொல்லவா” என்றார்.

“இல்லப்பா வேணாம். கொஞ்ச நேரம் ஒக்காந்துட்டுப் போறேன்… வலில்லாம் இல்ல. வாய்வு…” பாண்டியனைப் பார்த்துச் சிரித்தார். வீட்டில் தனியே இருக்கும் தன் மகனையும் மருமகளையும் நினைத்துக்கொண்டார். எத்தனை வருசத்துக்குப் பிறகு பார்க்கிறார்கள். புருசன் பொண்டாட்டிக்குள் பகிர ஆயிரம் இருக்கும். தான் ஏன் இடைஞ்சலாக இருக்கிறோம் என்று யோசித்துதான் இந்தக் கொஞ்ச நேர தனிமையிலாவது அவர்கள் சந்தோசமாக இருக்கட்டும் என்று நினைத்து வீட்டுக்குச் செல்வதைத் தாமதப்படுத்தினார். சாயங்கால வெக்கை கூடி லேசான புழுக்கம் படிந்தது. எழுந்தார். திரும்ப அவர் வீட்டுக்குச் செல்ல அரைமணி நேரமாயிற்று. வீட்டை நெருங்கும்போது வாசலில் யாரோ ஒருவன் பைக்கில் அமர்ந்திருக்க கமலா பேசிக்கொண்டிருந்தது தெரிந்தது. அவர் பார்த்துக் கொண்டிருக்கும்போது பைக் வளைந்து அவரை நோக்கி வந்தது. பரமசிவத்தைக் கடந்து சென்ற பைக்கில் அமர்ந்திருந்தவனை இதற்கு முன் பரமசிவம் அந்தத் தெருவில் பார்த்ததில்லை. வீட்டுக்குள் நுழைந்தவர் பையை கமலாவிடம் தந்தவர், “யாரு ஆச்சி அது… நம்ம வீட்டுக்கு வந்துட்டுப் போறது…?” என்றார்.

“கிளினிக்ல என்கூட வேலை பாக்குறவர் மாமா… இன்னிக்கி போகலியா…அதான் என்னாச்சின்னு கேட்டுப் போக வந்தாரு…” முகம் பார்த்துப் பேசாமல் தலை தாழ்த்திப் பேசிய கமலாவை முகச் சுளிப்புடன் பார்த்தார் பரமசிவம்.

“நம்ம வீடு அவருக்குத் தெரியுமா...” அருவருப்பும் கடுமையும் கலந்திருந்ததைக் கவனித்தாள் கமலா.

“தெரியும் மாமா... சொல்லியிருக்கேன்... கொஞ்சம் ஒக்காருங்க மாமா... சப்பாத்தி போட்டுட்டு கூப்புடுறேன். சாப்புட்டுடலாம் எல்லாரும்...”

அறைக்குள் எட்டிப்பார்த்தார் பரமசிவம். ராமலிங்கத்தைக் காணவில்லை. புருவம் சுருக்கித் திரும்பியவர், “தம்பி எங்கே..?” என்று கேட்டு முடிவதற்குள், “பாத்ரூம் போயிருக்காங்க மாமா...” என்றாள். பரமசிவம் கொல்லைப்புறம் பார்த்தார். வெஸ்டர்ன் டாய்லெட்டுக்குத் தனி லைட். எரிந்து கொண்டிருந்தது. பாத்ரூம் லைட் எரியவில்லை.

18

இரவு. பரமசிவமும் ராமலிங்கமும் சாப்பிட்டு முடித்ததும் கமலா இரண்டே இரண்டு சப்பாத்தி சாப்பிட்டாள். பரமசிவம் திண்ணையில் படுத்துவிட்டார். ராமலிங்கமும் அறைக்குச் சென்றுவிட கமலா தட்டைக் கழுவி வைத்துவிட்டு பாத்ரூம் சென்று வந்தாள். அறைக்குள் வந்தபோது கட்டிலில் சுவரை ஒட்டி ராமலிங்கம் படுத்திருந்தான். கமலாவின் மனசுக்குள் படபடப்பு அதிகரித்தது. நைட் லாம்ப் சுவிட்சைப் போட்டாள். லைட் எரியவில்லை. இரண்டு முறை அணைத்துப் போட்டுப் பார்த்தாள். எப்போதோ உபயோகித்த லைட் தன் இறுதிக்காலத்தை வாழ்ந்து முடித்திருந்தது. அறை முழு இருளில் இருந்தது. பரமசிவத்தின் குறட்டை ஒலி சீரான முறையில் கேட்டுக்கொண்டிருந்தது. கட்டிலில் ஏறி மல்லாந்து படுத்தாள் கமலா. கமலாவின் கை ராமலிங்கத்தின் முதுகைத் தீண்டியது. ஒரு நாயின் வெறிகொண்ட குரைப்பொலி தூரத்தில் தொடர்ச்சியாய் கேட்கத் தொடங்கியது.

முன்புபோல் இல்லை கமலாவின் உடம்பு. கணிசமான சதை போட்டிருந்ததில் அந்தக் கட்டில் இரண்டு பருமனான உடம்புக்கு போதாமல் இருந்தது. மல்லாந்து படுத்திருந்த

கமலா திரும்பிப் படுத்தாள். ராமுலிங்கத்துக்கு முதுகு காட்டி ஒருக்களித்தாள். ஏனோ இதயப் படபடப்பு என்றுமில்லாமல் இன்று அதிகம் இருப்பதுபோல் பட்டது. ராமலிங்கத்தின் அசைவினை உணர்ந்தாள். அவன் பக்கம் திரும்பத் துடிக்கும் எண்ணத்தைப் பல் கடித்துக் கட்டுப்படுத்தினாள். தன் கால் மீது ராமலிங்கத்தின் கால் படுவதை உணர்ந்தவள் கொஞ்சம் தைரியம் வந்து அவன் பக்கம் திரும்பினாள். லேசாகத் திரும்பியதுமே அவளின் வலது கை ராமலிங்கத்தின் மார்பு மீது உரசியது. அவன் எப்போது சட்டையை அவிழ்த்தான் என ஆச்சரியப்பட்டாள் கமலா. நேருக்கு நேராக அவன் கழுத்தில் கை போட்டு தன் பக்கம் இழுத்து இறுக்கினாள். ராமலிங்கமும் அதுபோலவே அவளை அணைத்து இறுக்கினான். “ம்ம்ம்ம்ம்ம்ம்ம்...” முனகினாள்.

கமலாவின் ஷாம்பு கூந்தல் ராமலிங்கத்தின் முகத்தில் பரவி அலைந்தது. முடியை ஒதுக்கிவிட்டவள், “இவ்ளோ ஆசைய உள்ள வச்சிகிட்டுதான் இத்தன வருசமா தவிக்கவுட்டுப் போனீங்களாக்கும்...” ராமலிங்கத்தின் இறுகிய அணைப்பும் அவன் உடம்பின் ஆதிக்கமும் கமலாவை வேறு ஒரு உலகத்துக்குள் செலுத்திக்கொண்டிருந்தது. காமம் ஊறிய தொடைத் திணவை ஒன்று சேர்த்து இறுக்கினாள். ராமலிங்கத்தின் முடி அடர்ந்த நெஞ்சில் முகத்தைப் பொருத்தி ஆழ மூச்செறிந்தாள். நிமிர்ந்து அவன் உதடுகளைத் தேடினாள். கமலாவின் மூச்சுக்காற்று ராமலிங்கத்தின் தாடியில் பட்டது.

“எதுக்கு இப்பிடி சாமியாராட்டம் தாடி மீசன்னு புள்ள புடிக்கிறவன் மாதிரி இருக்கீங்க... நாளைக்கி மொத வேலையா சுத்தமா ஷேவ் பண்ணிட்டு வாங்க... சொல்லிட்டேன்...” கமலாவின் கால்கள் மீது தன் காலினைத் தூக்கிப் போட்டான் ராமலிங்கம். “ம்ம்ம்மா...” கட்டில் கலவிக்குண்டான வெளிப்பாடில்லாமல் செயற்கையாய் தன் உடம்பின் அசைவைக் காட்டினாள் கமலா. ராமலிங்கத்தின் பின் மண்டை முடிக்குள் தன் கையை விட்டு இழுத்தாள். ராமலிங்கத்தின் மெல்லிய சுவாசம் கமலாவின் நாசியைத் தீண்டியபடி இருக்க, கமலா ராமலிங்கத்தின் முதுகுத்தண்டில் விரலால் கோலமிட்டாள். “ஏதுங்க இவ்ளோ பணம்...எல்லாம் நம்ம பணம்தானே...

இப்பதான் விடிவுகாலமே வந்துருக்கு நமக்கு...” ராமலிங்கத்தின் நெஞ்சில் தன் உதடுகளைப் பதித்து விலக்காமலே பேசினாள். தன் காலால் கமலாவின் கால்களை சேர்த்துத் தன் பக்கம் இழுத்த ராமலிங்கம் அணைத்திருந்த கமலாவின் கழுத்தை இன்னும் நெருக்கிப் பிடித்து தன் மார்போடு அவள் முகத்தை அழுத்தினான். அணைப்பின் வேகம் தாங்காமல் நிஜமான மூச்சின் வெளிப்பாடு திணறலாய் வெளிவந்தது. “ம்ம்ம்ம்ப்பா...” திறந்த வாய் மூடமுடியாதபடி ராமலிங்கத்தின் அணைப்பு இருந்தது.

திடீரென்று ராமலிங்கத்திடம் தெரிந்த மாற்றத்தை என்ன ஏதென்று கமலா உணருமுன்பே ராமலிங்கத்தின் முழு பிடிக்குள் இருந்தாள் கமலா. கமலாவைத் தன் மார்பு வயிற்றோடு ஒட்டி அணைத்து இறுக்கி அழுத்தினான். “ம்ம்ம்ம்க்க்க்...” அவனிடமிருந்து தன்னைப் பிரிக்கும் முயற்சியில் வினோதமாய் சத்தம் எழுப்பினாள். கமலாவின் கழுத்தை அணைத்திருந்த ராமலிங்கத்தின் கையிலும் இறுக்கம் கூடியது. சீராக வெளிவந்துகொண்டிருந்த ராமலிங்கத்தின் மூச்சு சற்றே வேகம் கூடியது. வெப்பமாய் வெளியேறத் தொடங்கியது. அவனிடமிருந்து தன்னைப் பிரித்து இயல்பாக்க நினைத்த கமலா வயிற்றைச் சுருக்கித் தன் கைகளை விடுவிக்க முயன்றாள். புட்டத்தைப் பின் தள்ளினாள். ராமலிங்கத்தை அணைத்திருந்த கை அவனின் இறுகிய அணைப்பின் கட்டுப்பாட்டில் முதுகோடு ஒட்டி இருந்தது. கமலாவின் கழுத்து எலும்பில் தன் கையின் அழுத்தத்தைக் கூட்டிய ராமலிங்கம் அப்படியே கமலாவைத் தன் மேல் ஏற்றிக்கொண்டான். இன்னொரு கை சுதந்திரமாய் இருந்தாலும் நடக்கும் விபரீதம் உணர்ந்த கமலாவின் மனம் எதையும் யோசிக்கும் நிலையில் இல்லை. “ம்ம்ம்...”, “ம்ம்ம்ம்ம்...”, “ம்ம்ம்...” சின்னதும் பெரியதுமான ‘ம்’ அவளிடமிருந்து விட்டுவிட்டு வெளியேறத் தொடங்கியது.

மெத்தையில் ஒருகையால் ஓங்கித் தட்டியவள் ராமலிங்கத்தின் தோளில் இன்னொரு கையை வைக்க முயன்றாள். ராமலிங்கத்தின் பிடி இறுகியது. திமிறிய கமலாவின் கால்களைத் தன் ஒரு காலால் வளைத்து இறுக்கிப் பிடித்த ராமலிங்கம் தன் நெஞ்சில் கமலாவின் முகத்தை இறுக்கி அழுத்தியபடியே தன்

புஜத்தால் கழுத்தை பலங்கொண்ட மட்டும் அழுத்தினான். ராமலிங்கத்தின் முடி அடர்ந்த விரிந்த மார்பின் மீது அழுந்திய கமலாவின் நாசி காற்றினைத் தேடி விரிந்து விரிந்து அடங்கியது. மூச்சுக்குத் திணறிய கமலாவின் உடம்பு ராமலிங்கத்தின் அணைப்பிலேயே சிறிது நேரம் துள்ளிக்கொண்டிருந்தது. அவன் தொடைகளின் மீது அழுந்தியிருந்த கமலாவின் தொடைப்பகுதியின் நடுக்கத்தினை அணைத்து அழுத்திப் பிடித்திருந்த புட்டச் சதையின் படபடப்பில் உணர்ந்தான். “ம்ம்ம்....” திமிறி திமிறி அடங்கினாள். எவ்வித எதிர்ப்பும் காட்ட முடியாமல் மெல்ல மெல்ல தளர்ந்த உடம்பை தன் அணைப்பிலிருந்து விடுவித்தான் ராமலிங்கம். சுவரின் பக்கமாகத் தள்ளிவிட்டான். மல்லாந்த கமலாவின் உடம்பில் எந்தச் சலனமுமில்லை. அவளின் தலைமுடி அவளின் முகத்தின் மீது ஈரமாய் படிந்திருந்தது. நீளமாய் பெருமூச்சு விட்டான் ராமலிங்கம். கட்டிலிலிருந்து இறங்கினான்.

அறைக்கதவைத் திறந்து வெளியே வந்தான். கும்மிருட்டு கண்களுக்குப் பழக சில நொடிகள் ஆகின. உத்தேசமாகக் கணித்து கொல்லைப்புறம் சென்றான். பாத்ரூம் லைட்டையும் வெஸ்டர்ன் டாய்லெட் லைட்டையும் போட்டான். உடம்பு தளர்வாக இல்லாமல் மதமதத்துக் கிடப்பதை அறிந்தவன் பாத்ரூமுக்குள் சென்று அணிந்திருந்த வேட்டியையும் ஜட்டியையும் கழற்றி விசிறினான். குறி விரைத்து நின்றிருந்தது. அம்மணமாகவே பாத்ரூமிலிருந்து வெளியேறி வெஸ்டர்ன் டாய்லெட்டுக்குள் நுழைந்தான். பீங்கான் பேசினில் மலம் கழிப்பது போல் அமர்ந்தான். வெஸ்டர்ன் டாய்லெட்டின் பீங்கானில் அவன் தொடைச்சதை உரசியது. விரைத்த குறி லேசாகத் துடிக்கத் தொடங்கியது. ராமலிங்கம் உற்றுப் பார்த்துக்கொண்டிருக்கும்போதே அவனின் உறுப்பிலிருந்து விந்து வெளியேறியது. ஒரு நிமிடம் கண்களை மூடினான். குறியிலிருந்து வெளியேறிய விந்து அவனின் விரைகளைத் தொட்டுத்தடவி வழிந்து இறங்கி பீங்கானில் விழுந்து பேசினுக்குள் நழுவியது. ஏறித்தாழ்ந்த நெஞ்சுக்கூடு மெல்ல அமைதியானது. வியர்வையில் ஊறியிருந்த அவன் மார்பு முடிகளின் மீது கமலாவின் நாசி அச்சாய் படிந்திருப்பதை

உணர்ந்தான். கண்களை மூடியபடி போகத்தின் உச்சத்தை அனுபவித்தான் ராமலிங்கம். சவுகரியமாக அமர்ந்து மலம் கழித்தான்.

திருவண்ணாமலையில் அவனுக்குக் கிடைக்காத ஒரே ஆசுவாசம் இப்படி வெளியேற்றப்படும் கழிவு நீக்கம் மட்டுமே என்பதை அவன் கண்கள் மூடி லயித்திருந்ததில் தெரிந்தது. நெஞ்சின் மீது கைவைத்து அழுத்தி வேகமாய் தேய்த்தான். கமலாவின் பிம்பம் மெல்ல அழியத் தொடங்கியது. பாத்ரூமுக்கு வந்து தலையில் தண்ணீர் ஊற்றி குளித்தான். நனைந்த வேட்டியைப் பிழிந்து துவட்டினான். வெளியேறி வேட்டியை உதறி கட்டிக்கொண்டான். இதுவரையிலான அத்தனை வெப்பமும் காணாமல் போய் உடம்பும் கண்களும் பெரும் குளிர்ச்சியில் இருந்தன. அவன் அறையில் லைட் வெளிச்சம் பார்த்தான். உதடுகளில் பூசிக்கொண்ட புன்னகையுடன் கவனித்தான். அவன் பார்த்துக்கொண்டிருக்கும்போதே லைட் அணைந்து பரமசிவம் அறையிலிருந்து வெளியேறினார். எரிந்துகொண்டிருந்த விளக்குகளை அணைத்துவிட்டு பழகிய இருட்டில் நடந்து அறைக்குள் நுழைந்து இருட்டிலேயே கையால் துழாவி கட்டிலிலிருந்து தன் சட்டையை எடுத்து அணிந்தான். அறையிலிருந்து வெளியேறி நிலைக் கதவைத் திறந்து வெளியே வந்தான். காற்று சில்லென அவன் முகத்தில் மோதியது. வானம் லேசான சாம்பலும் வெண்மையும் கலந்து மல்லாந்திருந்தது. அவன் கண்ணுக்குக் கிடைக்காத தூரத்தில் நிலா ஓடிக்கொண்டிருந்ததை உணர்ந்தான். திண்ணையில் பரமசிவம் பாய் மீது உட்கார்ந்திருந்தார். உடம்பு லேசான அதிர்வில் இருந்தது. மூச்சுக்காற்று அலைமோதி வெளியேறிக்கொண்டிருந்தது. அவர் அருகில் பாய் மீது அமர்ந்தான் ராமலிங்கம். வாசல் மின்சாரக் கம்பத்து வெள்ளை வெளிச்சம் இருவரையும் சலனமின்றி பார்த்துக்கொண்டிருந்தது.

“பெரியாச்சி தப்பு பண்ணலாமா...” என்றான் ராமலிங்கம். உடம்பு அதிர்ந்தது. இரு கைகளையும் குவித்து ராமலிங்கத்தைக் கும்பிட்டார் பரமசிவம். கட்டுப்பாடின்றி கண்ணீர் வழிந்தது. துடைக்க மனமின்றி கண்களை மூடினார்.

★

“தூக்கம் வரலைனா செத்த இப்பிடி திண்ணைல வந்து ஒக்காந்துட்டுப் போனீன்னா வெளிக்காத்து ஒடம்புக்கு நல்லாருக்கும்ல. எதுக்குப்பா அலமலந்துட்டு கெடக்க...” என்றார் பரமசிவம் தன் முன் வந்து நின்ற ராமலிங்கத்தைப் பார்த்து. ராமலிங்கம் நிலைக்கதவைப் பிடித்தபடி நின்றிருந்தான்.

“வயசான காலத்துல எதை எதையோ மனசுல அடைச்சி வச்சிகிட்டு நானும் தூக்கம் இல்லாமதான் கெடக்கேன்... ஒனக்கொரு வலின்னா எனக்கொரு வலி. ஆஸ்பத்திரிலேர்ந்து நீ வந்ததுமே எல்லாத்தையும் உன்கிட்ட சொல்லிட்டா என் மனசுக்கு ஒரு நிம்மதின்னு நெனச்சேன்....நீ கெடந்த நெலைய பாத்து ஒனக்கு இன்னொரு வலியையும் தர எனக்கு மனசு வரல... நான் பண்ணுனது தப்பா என்னான்னே தெரியாமத்தான் இப்டி பொலம்பிட்டுருக்கேன்...” வெளிச்சத்துக்கும் இருளுக்குமாய் அலைந்தது பரமசிவத்தின் முகம்.

“எச்சிப்பிசாசு நிம்மதியா தூங்க விட மாட்டேங்குது...” என்றான் ராமலிங்கம். அவன் முதுகுக்குப் பின்னால் தண்ணீர் நிரம்பிய சொம்பு தரையில் பட்டுத் தெறிக்கும் சத்தம் கேட்டது. ராமலிங்கம் திரும்பிப் பார்க்கவில்லை. பரமசிவத்தின் அருகில் வந்து அமர்ந்தான்.

“உன் தம்பி செத்த மொதநா ராத்திரி என்ன நடந்துச்சின்னு ஒனக்குத் தெரியுமா...” ஒரு நிமிடம் நிறுத்தி இருளில் தேடி ராமலிங்கத்தின் கையைப் பிடித்துக்கொண்டவர், “பெரியாச்சி தப்பு பண்ணலாமாப்பா...” என்றார். சட்டென்று ராமலிங்கத்தின் உடம்பு தூக்கிப்போட்டது. மளுக்கென்று கண்ணீர் உடைந்து வழிந்தது.

19

1988-ம் ஆண்டு நவம்பர் மாதம் 14-ந் தேதி திங்கள் கிழமை.

கருக்கல்...

வராண்டாவில் படுத்திருந்த புண்ணியகோடி விழித்தான். இரண்டு கைகளையும் பரபரவெனத் தேய்த்துக்கொண்டான். அவிழ்ந்திருந்த கைலியின் இரு முனையையும் படுத்தவாக்கிலேயே பிடித்து இடுப்போடு சேர்த்துக்கட்டினான். எழுந்து நடந்து கொல்லைப்புற லைட்டைப் போட்டான். பாத்ரூமுக்குள் நுழைந்து காலைக்கடனை முடித்துவிட்டு வெளியேறியவன் பாத்ரூமை ஒட்டியிருந்த சிறு சந்துக்குள் நுழைந்து நைலான் கயிற்றுக் கொடியில் தொங்கிய தனது காக்கி நிற ட்ராயரை எடுத்து அணிந்துகொண்டான். கொடியில் தொங்கிய சட்டையை எடுத்து தோள் மீது போட்டவன் கீழே வைத்திருந்த பிளாஸ்டிக் குடத்தினையும் கால் வளையத்தையும் எடுத்துக்கொண்டு திரும்பினான். சட்டையைப் போடாமலே சந்தின் வழி நடந்து வந்தவன் பக்கத்து வீட்டுக் கொல்லைப்புறத்தில் யாரோ லைட்டைப் போட்டு அணைத்ததைப் பார்த்தான். புண்ணியகோடியின் வீட்டுக் கொல்லைப்புறம் பாத்ரூமுக்கு சற்று தூரத்திலேயே காம்பவுண்ட் சுவர் முடிந்திருக்கும்.

புண்ணியகோடியின் வீட்டில் சற்று உள்வாங்கித்தான் பாத்ரூம் கட்டியிருப்பார்கள். எவ்விதத் திட்டமும் இல்லாமல் கட்டிய பாத்ரூம் அது. பக்கத்து வீட்டிலோ புண்ணியகோடியின் வீட்டிலோ கொல்லை லைட்டைப் போட்டால் இங்கும் அங்குமாய் கொஞ்சம் வெளிச்சம் படியும்.

திறந்த மார்புடன் வந்து வீட்டுக்குள் நுழைந்து எரிந்துகொண்டிருந்த கொல்லைப்புற லைட்டை அணைத்த உடனே அவன் முதுகுப்புறத்திலிருந்து இரண்டு கைகள் அவன் மார்போடு சேர்த்து அணைத்தன. நெஞ்சின் நடுவில் பயக்கோடு நழுவ திடுக்கிட்டவனின் காது மடலைக் கவ்விய இரண்டு மெல்லிய உதடுகள் விலகாமல் உரசியபடி, “நான்தான் கமலா... பதறாதீங்க” என்றன. வெப்பம் கலந்த மூச்சு அவனின் தோள் உரசியது. புண்ணியகோடியின் கையிலிருந்து குடமும் கால் வளையமும் கீழே விழுந்தன. இறுக்கிப் பிடித்துக்கொண்டு அவனைப் பிரியாமலே அணைத்தபடி கொல்லைப்புறக் கதவைத் திறந்தாள். காற்றில் இறுக்கம் கூடியிருந்தது. லேசான பனிபெய்யும் ஈரம் மட்டும் காற்றுக்குள் ஊடுருவியிருந்தது. உடம்பு உதறி லேசான பயத்துடன் புண்ணியகோடி திரும்பியதும் பிடியை விடாமல் அவன் மார்போடு சேர்த்து அணைத்து நின்றாள். “எப்டி சொன்னாலும் புரியாதா ஒங்களுக்கு...” மிகவும் கிசுகிசுப்பாக வெளியே வந்து குரல். புண்ணியகோடியின் உடம்பு நடுங்கிக்கொண்டிருந்தது. தோளிலிருந்து நழுவிய சட்டையை சிரமப்பட்டு விழாமல் தடுத்தான். ஜாக்கெட்டுக்குள் திமிறிய தன் மார்புகளை புண்ணியகோடியின் நெஞ்சோடு அழுத்தியவள், அவனின் கைகளை எடுத்துத் தன் தோள் மீது வைத்தாள். நடுங்கிய கைகளை விலக்க முடியாமல் வெறுமனே கமலாவின் தோளில் வைத்திருந்தான்.

இன்னும் விடியலுக்கான அறிகுறி தெரியவில்லை. பரமசிவம் கேள்வியாய் வானம் பார்த்தார். இந்நேரம் முதல் மரம் ஏற புண்ணியகோடி கிளம்பியிருப்பானே என்று யோசித்தார். திண்ணையை ஒட்டி நின்றிருந்த சைக்கிளைப் பார்த்ததும் இன்னும் புண்ணியகோடி தோப்புக்குப் போகவில்லை எனத் தீர்மானித்தார். இன்னும் எழாமல் தூங்குகிறானோ என்று யோசித்தவர் எழுப்புவதற்காக இரு கைகளையும் தரையில்

ஊன்றி எழுந்தார். வீட்டுக்குள்ளிருந்து ஏதோ சத்தம் கேட்டது. புண்ணியகோடி எழுந்துவிட்டானோ என்று நிதானித்தவர் நிலைக்கதவைத் தள்ளித் திறந்தார். வீடு முழுவதும் இருட்டு. கதவருகிலே படுக்கும் புண்ணியகோடியைக் காணவில்லை. பாய் சுருட்டி வைக்கப்பட்டிருந்தது. சமயலறையை ஒட்டி இருக்கும் சிறிய அறையில்தான் பரந்தாமனின் படுக்கை. முதல் அறையில் கமலாவும் ராமலிங்கமும் தூங்குவார்கள். இரண்டு அறைக்கதவு மூடியிருந்தாலும் ஹாலின் லைட்டைப் போட யோசித்தார். தயங்கியபடி நின்றிருந்த நேரத்தில் கொல்லைப்புறத்தில் வெளிச்சம் விழுந்தது. பக்கத்து வீட்டு கொல்லைப்புற லைட்டை அந்நேரத்துக்கு யாரோ போட காம்பவுண்ட் சுவர் தாண்டி கொல்லைப்புறத்திலிருந்து வெளிச்சம் இங்கும் பரவ, கட்டிப் பிடித்திருந்த இரண்டு உருவங்கள் சட்டென்று தங்களை விலக்கிக் கொண்டதை பரமசிவத்தின் கண்கள் கண நேரத்தில் கண்டு மீண்டன.

பரமசிவத்தின் கண்களுக்கு கமலாதான் பளிச்சென்று தெரிந்து மறைந்தாள். இன்னொரு உருவம் யாரென்று தெரியவில்லை. கொஞ்சமாய் பதற்றமானார். ராமலிங்கத்தை அழைக்கலாமா என்று ஒரு நொடி யோசித்தார். முடிவை மாற்றிக்கொண்டு வேகமாய் நடந்து சென்று கொல்லைப்புற லைட்டைப் போட்டார். காலடியில் பிளாஸ்டிக் குடம் மோதி உருண்டது. திடுக்கிட்டார். கதவைத் திறந்தார். பரமசிவத்தைப் பார்த்ததும் தனது முந்தானையைச் சரி செய்த கமலா உடைந்த குரலில், “மாமா, தப்பு மாமா... அம்மாவா நெனைக்க வேண்டிய அன்ணிய உங்க மகன் தப்பா பாக்குறாரு மாமா... கொல்லைக்கி வந்த என்னையை போயி...” பேச முடியாமல் விசும்பத் தொடங்கினாள். கண்கள் கலங்கி கண்ணீர் வழிந்ததைப் பார்த்தார் பரமசிவம். எப்படி ஆறுதல் சொல்வதெனத் தெரியாமல் நடுங்கினார். உள்ளுக்குள் பதற்றம் கூடியது. கோபமும் வெறுப்புமாய் பக்கத்தில் நின்றிருந்த உருவத்தை ஏறிட்டுப் பார்த்தார். தலை குனிந்து நின்றிருந்தான் புண்ணியகோடி. தோளின் மீது கிடந்த சட்டையை இரண்டு கைகளாலும் பிடித்துக்கொண்டிருந்தான். உடம்பு நடுங்கிக்கொண்டிருந்தது. வெற்று மார்பும் மடித்துக் கட்டிய கைலியுமாய் நின்றிருந்த புண்ணியகோடி பரமசிவத்தைப்

பார்த்து அவசரமாய் தலையாட்டினான். தன் கண்களில் விழுந்து கூசிய வெளிச்சத்தை மறுக்க முடியாமல் அவன் விழிகள் அலைந்தன. பக்கத்து வீட்டு கொல்லைப்புற லைட் அணைந்து இவர்கள் வீட்டுக் கொல்லைப்புற வெளிச்சம் மட்டும் மூவரின் தலைக்கு மேல் ஒளிர்ந்தது.

தன் உதட்டின் மேல் விரலை வைத்து, “எதுவும் பேசாதீங்க.... தூங்குறவங்க முழிச்சா மானக்கேடாயி போய்டும்” என்றார் பரமசிவம். குரலில் அவமானமும் கோபமும் கலந்து ஒலிப்பதை வலியுடன் கவனித்தான் புண்ணியகோடி. கைகள் நடுங்க நின்றிருந்தவன், “அப்பா நான்...” என்று தொடங்கினான். கை உயர்த்தி தடுத்தார்.

“போதும் சாமி... ரொம்ப நல்ல காரியம் பண்ணிருக்க... இந்த குடும்பத்துல வந்து பொறந்துட்டு இப்டி ஒரு அசிங்கம்... இனிமே நீ தோப்புப்பக்கம் போகாத... அது சோறு போடுற சாமி இருக்குற இடம்... அசிங்கமான எண்ணத்தோட யாரும் அங்க போகவேணாம். ஆச்சி... உன் கால்ல விழுறேன். என் குடும்பத்த சபிச்சிடாத...” இருவர் காதுக்கு மட்டும் விழும் அளவுக்கே குரல் ஒலித்தது. முதுகு வளைத்து கமலாவின் காலில் விழப்போனார்.

“அய்யோ மாமா என்ன நீங்க...” அவசரமாய் விலகினாள். முந்தானையை எடுத்துப் போர்த்திக்கொண்டாள். புண்ணியகோடியின் கண்களிலிருந்து கண்ணீர் வழிந்தது.

“போதும்மா... நமக்குள்ள இருக்கட்டும் இந்த அசிங்கமெல்லாம்... நாளைக்கி எல்லாத்துக்கும் நான் ஒரு முடிவு கட்டுறேன்... பெரியவன எழுப்பி நான் சொன்னேன்னு தோப்புக்குப் போச்சொல்லு ஆச்சி... இவன் மூஞ்சில முழிக்க எனக்கு ஒப்பலம்மா...” திரும்பினார். கமலா வீட்டுக்குள் நுழைந்தாள். உள்ளே வந்த பரமசிவம் கொல்லை லைட்டை அணைத்தார். இருளுக்குள் நின்றிருந்தான் புண்ணியகோடி. வழிந்த கண்ணீரைத் துடைக்கவோ நிறுத்தவோ மனமின்றி சற்று நேரம் அப்படியே நின்றிருந்தான். பத்து நிமிடத்துக்கு முன்பு திடீரென்று நிகழ்ந்துவிட்ட அவமானத்தினை அவனால் ஜீரணிக்கவே முடியவில்லை. வீட்டுக்குள் நுழைய மனமில்லை.

சட்டையை அணிந்தவன் சத்தம் வராமல் அழுதபடி வீட்டை ஒட்டி இருக்கும் சந்தின் வழியாக வெளியேறினான். புண்ணியகோடி குடமும் கால் வளையமும் எடுக்காமல் சைக்கிள் ஸ்டாண்டிலிருந்து விடுவிப்பதை கண்களில் நிரம்பிய கோபத்துடன் பார்த்துக்கொண்டிருந்தார் பரமசிவம்.

20

“அன்னிக்கி இருட்டு பாதி வெளிச்சம் பாதி இருந்த எடத்துல இருட்ட மட்டும் பாத்துட்டு தப்பா ஒரு வார்த்த சொன்னதுக்குதான் என் சின்னப்புள்ளைய தொலச்சேன். அந்தப் பாவத்துக்கே இன்னும் தண்டன அனுபவிச்சிட்டுருக்கேனப்பா... கெடைச்சிட்டேன்னு நெனச்ச உன்னையும் இப்போ... விடிஞ்சா நான் என்ன ஆகப்போறேன்னு எனக்கே தெரியலியே...” ராமலிங்கத்தின் கண்களைப் பார்க்க முடியாமல் தலை குனிந்தார். வெறிகொண்ட நாயின் குரைப்புச் சத்தம் அதிகமானது. உலகத்தின் சத்தமெல்லாம் அடங்கிப்போய் உயிரை அறுக்கும் அந்தக் குரைப்பொலியின் சத்தம் மட்டும் நிசப்த இருளைக் கிழித்துக்கொண்டே இருந்தது.

ஈரம் காயாத வேட்டியுடன் பரமசிவத்தின் அருகில் அமர்ந்திருந்த ராமலிங்கம் நீள்மூச்சுக்குப் பின் பேசினான்.

“உள்ளுக்குள்ள இருந்த உறுத்தல முறிச்சிப் போட்டுட்டேன்... இந்த வீடு ஆச்சி இல்லாத வீடாவே கடைசிவரையும் இருக்கணும்னு இருக்கிறப்போ யாரால அத மாத்த முடியும்... நானும் ரொம்ப சரி கிடையாதுதான். எது சரின்னு தெரியாதப்ப மனம்போன போக்குல போனவன்தான்...

அப்படி போய்தான் சாகுற வரைக்கும் எங்க இருக்கணும்னு கண்டுபுடிச்சேன். சாகுற வரைக்கும் குற்ற உணர்வோட வாழ்ந்து குற்ற உணர்வில்லாம சாகணும்... இந்த வீடு நெறைய சாவ மறச்சிருக்கு. இப்போ கூடுதலா ஒண்ணு. உங்களுக்கு நான் செய்ய வேண்டிய கடமையும் செய்யாமதான் போறேன். அதுவும் என் பாவக் கணக்குல இருக்கு... போறபோக்குல ஒரு வாழ்க்கைய இங்க யாராலையும் வாழ்ந்துட்டுப் போக முடியாது. அவங்கவங்களோ அவங்க முன்னோர்களோ செஞ்சிவச்ச பாவங்களுக்கு என்ன காரணம்னே தெரியாம துயரங்களையும் வலியையும் அனுபவிக்கணும். அதுமாதிரிதான் சந்தோசமும். எல்லாம் கணக்குப்படிதான் நடக்குது. நீங்க எவ்வளவுதான் சேர்த்து வச்சாலும் உங்க கடைசி நாளுக்கு எவ்வளவு இருக்கணுமோ அவ்வளவுதான் இருக்கும். அது காசோ பணமோ புண்ணியமோ... அந்தந்த நிமிச வாழ்க்கையும் அவ்ளோ ஈசி இல்ல... அது வலியா இருந்தா ஏத்துக்க மனசு கஷ்டப்படும். விதி போற போக்குலையும் போயிட முடியாது. ரொம்ப கவனமா காலெடுத்து வச்சி நடக்க வாழ்க்க காட்டுப்பாதை இல்ல... நான் எத்துக்காலனா இருந்தப்பவும் பைத்தியமா இருந்தப்பவும் கடவுளா மாறுனப்பவும் எனக்கு கெடைச்ச ஒரே அனுபவம் நான் நானா இருந்தது மட்டும்தான். உங்க கடைசி காலத்துலையாவது நீங்க அப்படியே இருக்க முயற்சி பண்ணுங்க... எல்லாம் சரியாவே நடக்கும்...” முன்பே யோசித்து வைத்தது போல் பேசினான் ராமலிங்கம். ஒரு கொலை செய்துவிட்டு வந்திருக்கும் பதற்றமோ குற்ற உணர்வோ இன்றி மிகத் தெளிவாக இருந்தது அவன் குரல்.

ராமலிங்கம் பேசப்பேச பரமசிவத்தின் தலை மட்டும் ஆடிக்கொண்டே இருந்தது. “யாரும் என்னை மன்னிக்க மாட்டாங்களா... நான் அறியாம பண்ணின தப்புக்கு இவ்ளோ பெரிய தண்டனையா... புள்ளைய பறிகுடுத்துட்டு சாவுக்கான காரணம் தெரிஞ்சிம் ஊர் கேட்டதுக்கு தெரிலையேன்னு கை விரிச்சி பொய் சொல்லிட்டேனே... வீட்டுல வெளக்கேத்த வந்த பொண்ணு தப்பு பண்ணிட்டான்னு வெளில சொன்னா அது எவ்ளோ பெரிய அவமானம், அசிங்கம். அந்தப் பொண்ண எம் பொண்ணாதான நெனச்சேன். அது தலைமுடிய புடிச்சி

அடிச்சி வீட்ட விட்டு தெரத்திவுட்டா யாருக்கு என்ன லாபம் சொல்லு... தொங்குன உசிரு மறுபடியும் வரப்போகுதா... இருக்குற உசிருங்களாவது நல்லபடியா இருக்கட்டும்னு நெனச்சேன்... அது தப்பாப்பா... நம்ம குடும்பம் அந்த அசிங்கத்தைலாம் தாங்குமா... எல்லாத்தையும் மனசுல போட்டு பொதச்சிட்டு நடபொணமா இருந்துட்ருக்கேன்..." ராமலிங்கத்தின் முகத்திலிருந்து தன் பார்வையை விலக்கி கண்ணுக்குச் சிக்கிய வானம் பார்த்தபடி பேசினார். தனது தனிமைக்கு கடைசி வரை துணையாய் வரப்போவது இந்த இருள் அடர்ந்த வானம் மட்டும்தான் என்று நினைக்கும்போது துக்கம் நெஞ்சுக்குள் ஊமையாய் நிரம்பியது.

"எதுவும் ஒண்ணும் ஆகாது. எல்லா துக்கமும் முப்பது நாளுக்கு மேல அதோட வீரியம் இழந்துடும். பீரோல நெறைய பணம் இருக்கு... இந்த ஒலகத்துல பணம் மறைக்காத விஷயம் எதுவும் இல்ல... சாவையும் மறைக்கிற சக்தி அதுக்கு மட்டும்தான் இருக்கு. ஆனா பணம் இருக்க வேண்டிய இடத்துல இருக்கணும். என்னை யாரும் தேடிட்டு இனிமே வர மாட்டாங்க... வந்தாலும் நான் அவங்களுக்கு கெடைக்க மாட்டேன். சில மனுசப் பிறவிகளுக்கு சாவுல மட்டும்தான் அமைதியும் நிம்மதியும் கிடைக்கும். உங்களுக்கும் எனக்கும்..." பரமசிவத்தின் உடம்பு குலுங்கியது. எச்சில் விழுங்கிக்கொண்டார். வாய் உலர்ந்து போயிருந்தது.

"பெரியவனே... என்னை நீ அப்பான்னு கூப்பிட்டே ரொம்ப காலமாகிப் போச்சி. நிரபராதிய தண்டிச்சதுக்கு உம்மூலமா எனக்கு கெடச்ச தண்டனையா அத நெனச்சி ஏத்துக்கிட்டேன். வளந்து வந்த காலத்துல உனக்கு நான் எந்தக் குறையும் வைக்கலைனு நெனைக்கிறேன். கடைசிவரைக்கும் என் புள்ளைக்கி நான் செஞ்ச கடமையா இத எடுத்துக்க..." தலையணை மீது கிடந்த தன் சட்டைப் பாக்கெட்டில் கையைவிட்டு பணம் எடுத்தவர் ராமலிங்கத்திடம் நீட்டினார். கை நடுங்கியது. கூடுதலாய் இன்னும் சில நாய்களின் குரைப்பொலியும் சேர்ந்துகொண்டது. நடந்து முடிந்த விபரீதத்துக்கு நாய்களின் சத்தம் மட்டும்தான் சாட்சியாய் இருக்கிறதென யோசித்தார்.

“கூப்புடுறதுல என்ன இருக்கு... நாம என்னவா இருக்கோம்கிறதுலதானே இருக்கு... எத்துக்காலன், பைத்தியம், கடவுள்னு எல்லாரும் கூப்புட்டது இந்தக் கொலகாரனத்தான... அது எல்லாமே ஒரே ஆள்தாங்கிறது எத்தன பேருக்குத் தெரியும்... கடைசிவரைக்கும் நான் யாருன்னு எனக்கு மட்டும்தான தெரியும்... அண்ணன் பொண்டாட்டி மட்டும் அம்மா இல்லியே... தம்பி பொண்டாட்டியும் தாய்க்குச் சமம்தானே... கிறுக்கு மனசுக்கு அதெல்லாம் எங்கே தெரியுது. அதுக்கான தண்டனையை ஆயுசுக்கும் அனுபவிச்சாலும் தீராது...” பணத்தை வாங்கி ராமலிங்கம் தன் பாக்கெட்டில் வைத்துக்கொண்டான். பரமசிவம் குழப்பமான முகத்துடன் அவனை ஏறிட்டார்.

“நான் உண்டு என் தோப்பு உண்டுன்னு வாழ்ந்து முடிச்சிருப்பேனய்யா... இப்டி எல்லாம் சேர்த்து ஒவ்வொண்ணா தொலைச்சி எல்லா துக்கம் துயரம்னு எனக்கு ஏன் இப்டி ஒரு கேடுகெட்ட வாழ்க்க...” குரல் உடைந்து வினோதமான சப்தம் எழுந்தது. யாருக்கும் கேட்டுவிடக் கூடாது என்பதுபோல் தனக்குள்ளேயே அழுகையை அடக்கி கதறினார்.

“அவ்ளோ சீக்கிரம் யாரும் இங்கேர்ந்து போக முடியாது. அதுவரைக்கும் எல்லாத்தையும் அனுபவிச்சிதான் ஆகணும்... இப்போ நீங்க அனுபவிக்கிறது நீங்க செஞ்ச பாவத்துக்கான தண்டன இல்ல. உங்க பாவத்துக்கான தண்டனைய அனுபவிக்கப்போறது உங்க வித்துதான்...” எழுந்தான். எதுவும் பேசாமல் வாசல் தாண்டினான். பரமசிவத்தின் அழுகையின் கனம் கூடுதலாகத் தொடங்கியது. திரும்பிப் பார்க்காமல் வீதியில் இறங்கி நடந்து செல்லத் தொடங்கினான். குரைத்து குரைத்து களைத்துப்போயிருந்த நாயும் தூங்கிவிட்ட நடுநிசியில் தான் பிறந்து வளர்ந்த ஊரைவிட்டு நிரந்தரமாக விலகியிருந்தான் ராமலிங்கம்.

★

கணேசகுமாரன்

1973

கவிதைத் தொகுப்புகள்

நீர்முனி, புகைப்படங்கள் நிரம்பிய அறை, சலூனில் காத்திருக்கிறான் சிந்துபாத், பீங்கான் புத்தன்

சிறுகதைத் தொகுப்புகள்

பெருந்திணைக்காரன், பைத்திய ருசி, மிஷன் காம்பவுண்ட், வில்லா 21, ரூமன், எறும்பு

குறுநாவல்கள்: மெனிஞ்சியோமா, எழுத்தாளன், சிலிங்

நாவல்: சொர்க்கபுரம்

விகடன் விருது 2014 - சிறந்த சிறுகதைத் தொகுப்பு பைத்திய ருசி

சுஜாதா விருது 2016 - சிறந்த சிறுகதைத் தொகுப்பு மிஷன் காம்பவுண்ட்

வாசகசாலை விருது 2017 - சிறந்த சிறுகதைத் தொகுப்பு வில்லா 21

திருப்பூர் படைப்பிலக்கிய விருது 2018 - சிறந்த சிறுகதைத் தொகுப்பு ரூமன்

சௌமா இலக்கிய விருது 2020 - சிறந்த சிறுகதைத் தொகுப்பு எறும்பு

ஸீரோ டிகிரி பப்ளிஷிங் - தமிழரசி அறக்கட்டளை இலக்கிய விருது 2021 - சொர்க்கபுரம் நாவல்

www.ingramcontent.com/pod-product-compliance
Lightning Source LLC
LaVergne TN
LVHW060112051026
849517LV00007B/2286
* 9 7 8 9 3 9 0 0 5 3 3 9 1 *